SÁCH NẤU ĂN NGOÀI TRỜI NGƯỜI ĂN THỊT

Bí quyết trò chơi hoang dã cho lò nướng, người hút thuốc, bếp lò và lửa trại

Tâm Đào

Tài liệu bản quyền ©2024

Đã đăng ký Bản quyền

Không phần nào của cuốn sách này được phép sử dụng hoặc truyền đi dưới bất kỳ hình thức nào hoặc bằng bất kỳ phương tiện nào mà không có sự đồng ý bằng văn bản thích hợp của nhà xuất bản và chủ sở hữu bản quyền, ngoại trừ những trích dẫn ngắn gọn được sử dụng trong bài đánh giá. Cuốn sách này không nên được coi là sự thay thế cho lời khuyên về y tế, pháp lý hoặc chuyên môn khác.

MỤC LỤC

- MỤC LỤC 3
- GIỚI THIỆU 7
- THỊT ĐỎ 8
  - 1. Xúc xích bữa sáng 9
  - 2. Bánh Bánh xăng quít ăn sáng của người ăn thịt 11
  - 3. Bữa sáng thịt hầm với thịt xông khói và xúc xích 13
  - 4. Bít tết mắt sườn Chảo rán 15
  - 5. Trứng thuộc về nước Cách lan 17
  - 6. Thịt viên phô mai 19
  - 7. Cốm bít tết 21
  - 8. Sườn cừu nướng 23
  - 9. Chân cừu nướng 25
  - 10. Nước dùng Ramen thịt heo 27
  - 11. Thịt thăn lợn áp chảo 29
  - 12. Trứng nướng của người ăn thịt 31
  - 13. Bụng lợn om 33
  - 14. Xào cà chua và thịt bò 35
  - 15. Thịt bò và bông cải xanh 37
  - 16. Bò xào tiêu đen 39
  - 17. Thịt bò Mông Cổ 41
  - 18. Thịt bò Tứ Xuyên với cần tây và cà rốt 43
  - 19. Ly xà lách bò Hoisin 46
  - 20. Sườn heo chiên hành tây 48
  - 21. Thịt lợn ngũ vị với cải chíp 50
  - 22. Thịt lợn xào Hoisin 52
  - 23. Bụng Thịt Heo Nấu Hai Lần 54
  - 24. Thịt lợn Mu Shu với bánh xèo 56
  - 25. Sườn heo sốt đậu đen 59
  - 26. Thịt cừu Mông Cổ xào 61
  - 27. Thịt cừu với gừng và tỏi tây 63
  - 28. Thịt bò húng quế Thái 65

29. THỊT LỢN NƯỚNG KIỂU TRUNG QUỐC 67
30. BÁNH BAO THỊT HEO HẤP BBQ 70
31. BỤNG THỊT LỢN NƯỚNG QUẢNG ĐÔNG 73

THỊT TRẮNG 76

32. SÚP GÀ KEM TỎI 77
33. CÁNH GÀ 79
34. ỨC GÀ ÁP CHẢO ĐƠN GIẢN 81
35. ĐÙI GÀ GIÒN 83
36. CỐM GÀ CỦA NGƯỜI ĂN THỊT 85
37. THỊT VIÊN THỊT XÔNG KHÓI KHÓI 87
38. THỊT GÀ XÔNG KHÓI 89
39. THỊT VIÊN XÚC XÍCH HUN KHÓI 91
40. ĐÙI GÀ NƯỚNG PARMESAN 93
41. GÀ BƠ TỎI 95
42. THỊT GÀ BỌC TỎI XÔNG KHÓI 97
43. THỊT GÀ XIÊN(KEBAB) 99
44. BÁNH QUẾ CỦA NGƯỜI ĂN THỊT 101
45. KHOAI TÂY CHIÊN CỦA NGƯỜI ĂN THỊT 103
46. ĐÙI GÀ NƯỚNG SỐT TỎI 105
47. GÀ KUNG PAO 107
48. GÀ BÔNG CẢI XANH 109
49. GÀ ZEST ZEST 111
50. GÀ ĐIỀU 114
51. GÀ VÀ RAU SỐT ĐẬU ĐEN 116
52. GÀ ĐẬU XANH 118
53. GÀ SỐT MÈ 120
54. GÀ CHUA NGỌT 123
55. MOO GOO GAI PAN 126
56. TRỨNG FOO YONG 129
57. XÀO TRỨNG CÀ CHUA 131
58. TÔM VÀ TRỨNG BÁC 133
59. MÃNG CẦU HẤP THƠM NGON 135
60. CÁNH GÀ CHIÊN MANG ĐI KIỂU TRUNG QUỐC 137
61. GÀ HÚNG QUẾ THÁI 139

CÁ VÀ HẢI SẢN 141

62. Cá hồi và kem phô mai	142
63. Phi lê cá nướng	144
64. Bánh cá hồi	146
65. Tôm hùm nướng	148
66. Nước hầm xương cá	150
67. Tôm bơ tỏi	152
68. Tôm nướng	154
69. Cá tuyết áp chảo tỏi	156
70. Tôm muối tiêu	158
71. Tôm say rượu	160
72. Tôm xào kiểu Thượng Hải	162
73. Tôm óc chó	164
74. Sò điệp nhung	167
75. Hải sản và rau xào với mì	169
76. Cá hấp nguyên con với gừng và hành lá	172
77. Cá xào gừng và cải ngọt	175
78. Vẹm sốt đậu đen	177
79. Cua cà ri dừa	179
80. Mực chiên tiêu đen	181
81. Hàu chiên giòn với hoa giấy ớt tỏi	183
82. Tôm chiên dừa	185
83. Tôm chiên chanh ớt máy sấy	187
84. Tôm bọc thịt xông khói	189
85. Vỏ cua tuyệt vời	191
86. Tôm nhồi nấm	193
87. Ceviche Mỹ	195
88. Bánh bao thịt lợn và tôm	197
89. Món khai vị Tôm Kabobs	199
90. Cocktail tôm Mexico	201

THỊT CƠ QUAN 203

91. Lưỡi bò áp chảo	204
92. Kebab gan Ma-rốc	206
93. Quiche của người ăn thịt	208
94. Tim bò dễ dàng	210
95. Bánh của người ăn thịt	212
96. Thịt bò cẩn thận dễ dàng	214

97. B̶urgers gan bò và gà 216
98. Tim gà 218
99. Tủy xương nướng 220
100. Pate gan gà 222

PHẦN KẾT LUẬN **224**

GIỚI THIỆU

Bước vào không gian ngoài trời tuyệt vời và bắt tay vào cuộc phiêu lưu ẩm thực với "Sách Nấu Ăn Ngoài Trời Người Ăn Thịt", nơi hương thơm khói của món nướng, tiếng nổ lách tách của lửa trại và tiếng xèo xèo của trò chơi hoang dã kết hợp để tạo nên một bản giao hưởng hương vị. Cuốn sách nấu ăn này là hướng dẫn giúp bạn nâng cao khả năng nấu nướng ngoài trời, cung cấp một bộ sưu tập các công thức nấu ăn trong trò chơi hoang dã được thiết kế cho món nướng, lò hun khói, bếp lò và lửa trại. Cho dù bạn là một thợ săn dày dạn kinh nghiệm hay người yêu thích những bữa tiệc ngoài trời, hãy chuẩn bị để tận hưởng cảm giác hồi hộp của cuộc đi săn và sự hài lòng khi nấu món thu hoạch của bạn dưới bầu trời rộng mở.

Hãy tưởng tượng tình bạn thân thiết xung quanh đống lửa trại, vùng hoang dã vang vọng âm thanh của thiên nhiên và sự mong đợi về một bữa tiệc được tạo nên từ những hoạt động ngoài trời tuyệt vời. "Sách nấu ăn ngoài trời Người ăn thịt" không chỉ là một bộ sưu tập các công thức nấu ăn; đó là lời ca ngợi mối liên hệ giữa người thợ săn, vùng đất và những phần thưởng ngon lành đến từ việc nấu nướng trong tự nhiên.

Từ món thịt nai nướng hoàn hảo đến món hầm lửa trại thơm ngon và trò chơi hun khói không thể cưỡng lại, mỗi công thức là sự tôn vinh hương vị hoang dã mà thiên nhiên ban tặng. Cho dù bạn đang ở trung tâm của vùng hẻo lánh, tại khu cắm trại ven hồ hay đơn giản là ở sân sau của bạn, những công thức này được tạo ra để biến việc nấu ăn ngoài trời trở thành một trải nghiệm ngon miệng và đáng nhớ.

Hãy tham gia cùng chúng tôi khi chúng tôi khám phá nghệ thuật nướng, hun khói và nấu ăn lửa trại với trò chơi hoang dã. "Sách dạy nấu ăn ngoài trời Người ăn thịt" là người bạn đồng hành của bạn trong việc nắm vững các yếu tố, thưởng thức thành quả của cuộc săn lùng và tạo ra những bữa ăn ngoài trời khó quên gắn kết mọi người lại với nhau quanh đống lửa.

Vì vậy, hãy nhóm lửa, chuẩn bị dụng cụ và cùng hòa mình vào thế giới nấu ăn ngoài trời hoang dã và thơm ngon với "Sách dạy nấu ăn ngoài trời Người ăn thịt".

THỊ T ĐỎ

1.xúc xích bữa sáng

THÀNH PHẦN:
- 1 ½ pound thịt lợn hoặc thịt bò xay hoặc hỗn hợp cả hai
- ¾ muỗng cà phê mùi tây khô
- ½ thìa cà phê tiêu
- ¼ thìa cà phê ớt đỏ nghiền
- 2 muỗng canh mỡ thịt xông khói hoặc bơ sữa trâu hoặc mỡ lợn
- 1 ½ muỗng cà phê muối hoặc tùy theo khẩu vị
- ½ thìa cà phê xô thơm khô
- ¼ muỗng cà phê hạt thì là
- ½ muỗng cà phê rau mùi đất

HƯỚNG DẪN:
a) Cho thịt, muối, rau thơm khô và gia vị vào tô rồi trộn đều.
b) Làm 12 miếng chả và chiên chúng với mỡ thịt xông khói. Nấu cho đến khi nó chuyển sang màu nâu.
c) Lật miếng chả lại và nướng chín đều cả hai mặt.
d) Lấy miếng chả ra và đặt chúng lên khăn giấy.
e) Nấu các xúc xích còn lại tương tự.
f) Bạn có thể đông lạnh những miếng xúc xích này. Để làm điều này, sau khi xúc xích nguội, hãy chuyển chúng lên khay nướng và đông lạnh cho đến khi cứng lại.
g) Lấy xúc xích đông lạnh ra khỏi khay nướng và cho vào túi an toàn trong tủ đông. Bạn có thể đông lạnh xúc xích lên đến 6 tháng.
h) Nếu bạn không muốn đông lạnh chúng, hãy đặt xúc xích vào hộp kín để trong tủ lạnh. Sử dụng trong vòng 5 - 6 ngày.

2.Bánh Bánh xăng quít ăn sáng của người ăn thịt

THÀNH PHẦN:
- 4 miếng xúc xích
- 2 lát phô mai cheddar (2 ounce)
- 2 quả trứng
- 2 muỗng cà phê bơ hoặc mỡ thịt xông khói
- Muối và hạt tiêu cho vừa ăn

HƯỚNG DẪN:

a) Làm phẳng miếng chả có độ dày khoảng ½ inch.

b) Đặt chảo lên lửa vừa. Thêm 1 muỗng cà phê bơ. Sau khi bơ tan chảy, đặt miếng chả vào chảo.

c) Nấu cho đến khi có màu nâu ở mặt dưới. Lật miếng chả lại và nấu chín kỹ mặt còn lại.

d) Dùng thìa có rãnh lấy các miếng chả ra khỏi chảo và đặt lên các lớp khăn giấy cho ráo nước.

e) Thêm một muỗng cà phê bơ khác vào chảo. Khi bơ tan chảy, đập trứng vào chảo. Nấu trứng một mặt đầy nắng. Nêm trứng với muối và hạt tiêu.

f) Để làm bánh bánh xăng quít: Đặt 2 miếng bánh lên đĩa và đặt một quả trứng lên mỗi miếng bánh, sau đó là một lát phô mai. Hoàn thành món bánh bánh xăng quít bằng cách phủ các miếng chả còn lại lên và thưởng thức.

3. Bữa sáng thịt hầm với thịt xông khói và xúc xích

THÀNH PHẦN:
- 6 quả trứng
- 6 lát thịt xông khói, nấu chín vụn
- 1 cốc phô mai parmesan bào
- ¾ pound xúc xích
- 6 muỗng canh kem nặng
- 1 muỗng cà phê nước sốt nóng
- Gia vị bạn chọn

HƯỚNG DẪN:
a) Cho một ít mỡ động vật vào đĩa thịt hầm và bôi mỡ kỹ.
b) Đảm bảo rằng lò nướng của bạn được làm nóng trước ở nhiệt độ 350° F.
c) Đặt chảo với xúc xích trên lửa vừa. Nấu cho đến khi có màu nâu. Bạn phải nghiền nát nó khi nấu. Tắt lửa.
d) Thêm thịt xông khói và trộn đều. Trải hỗn hợp thịt vào nồi.
e) Rắc ½ cốc phô mai lên thịt.
f) Trộn trứng, kem, nước sốt nóng và gia vị trong máy xay cho đến khi mịn.
g) Rưới lên lớp thịt và phô mai. Rắc phô mai còn lại lên trên.
h) Nướng thịt hầm trong khoảng 30 phút hoặc cho đến khi bên trong chín kỹ. Để kiểm tra, hãy cắm một con dao vào giữa đĩa thịt hầm và rút dao ra ngay. Nếu có bất kỳ hạt nào trên dao, hãy nướng thêm vài phút nữa.
i) Làm nguội trong 10-12 phút và phục vụ.

4. Bít tết mắt sườn Chảo rán

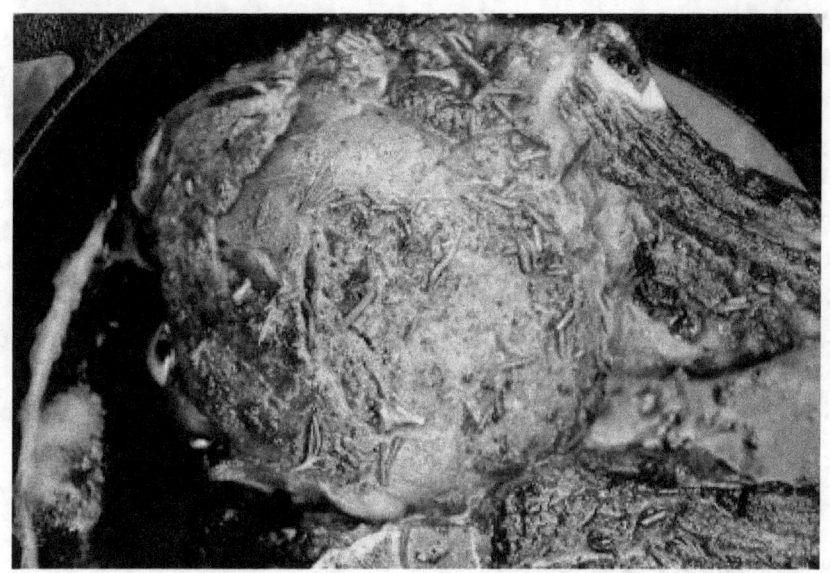

THÀNH PHẦN:
- 2 miếng bít tết có xương sườn (dày 1 ¼ - 1 ½ inch)
- 4 thìa cà phê lá hương thảo tươi thái nhỏ
- 2 muỗng canh dầu ô liu
- 2 muỗng cà phê gia vị Stone House hoặc bất kỳ gia vị nào khác mà bạn chọn
- 2 muỗng canh bơ không muối

HƯỚNG DẪN:
a) Rắc gia vị lên khắp miếng bít tết. Chà xát thật kỹ vào nó.
b) Đặt nó lên một tấm nướng và rải lá hương thảo lên trên.
c) Dùng màng bọc thực phẩm bọc khay nướng lại và cho vào tủ lạnh. Chúng sẽ tươi đến 3 ngày.
d) Lấy khay nướng ra khỏi tủ lạnh 30 phút trước khi nấu và đặt nó lên mặt bàn.
e) Đặt chảo lên lửa vừa cao và để chảo nóng. Thêm dầu và bơ vào và đợi bơ tan chảy.
f) Đặt bít tết vào chảo.
g) Đối với món hiếm: Nấu trong 2-3 phút cả hai mặt để miếng bít tết có màu vàng nâu ở tất cả các mặt. Đổ chất lỏng vào miếng bít tết trong khi tiếp tục nấu.
h) Dùng một chiếc kẹp (phần sau), ấn miếng bít tết vào giữa. Khi nó mềm, lấy miếng bít tết ra khỏi chảo và đặt lên thớt.
i) Đối với loại vừa: Nấu trong 4 phút hoặc cho đến khi mặt dưới hơi vàng nâu. Lật mặt một lần và nấu mặt còn lại trong 4 phút. Ướp bít tết với chất lỏng đã nấu chín khi đang nấu.
j) Dùng một chiếc kẹp ấn miếng bít tết vào giữa. Nếu nó cứng hơn một chút, hãy lấy miếng bít tết ra khỏi chảo.
k) Để chín kỹ: Nướng trong 5-6 phút hoặc cho đến khi mặt dưới có màu nâu vàng. Lật mặt một lần và nấu mặt còn lại trong 5-6 phút. Ướp bít tết với chất lỏng đã nấu chín khi đang nấu.
l) Dùng một chiếc kẹp (phần sau), ấn miếng bít tết vào giữa. Nếu nó rất cứng, hãy lấy miếng bít tết ra khỏi chảo.
m) Khi bít tết đã chín theo ý thích của bạn, hãy lấy bít tết ra khỏi chảo và đặt chúng lên thớt.
n) Bọc bít tết bằng giấy bạc và để yên trong 5 phút.
o) Cắt lát hạt và phục vụ.

5.trứng Thuộc về nước Cách lan

THÀNH PHẦN:
- 3 quả trứng vừa, luộc chín, bóc vỏ
- 1 thìa cà phê thảo mộc hoặc gia vị tùy thích
- ¼ thìa cà phê muối hoặc tùy theo khẩu vị
- ½ pound thịt đỏ xay tùy bạn chọn
- Hạt tiêu để nếm (tùy chọn)

HƯỚNG DẪN:

a) Làm nóng lò nướng của bạn ở nhiệt độ 350° F.

b) Làm khô trứng bằng cách vỗ nhẹ bằng khăn bếp.

c) Sử dụng bất kỳ loại gia vị ưa thích. Một vài gợi ý là bột cà ri, mù tạt, rau mùi tây, gia vị Ý hoặc Old Bay ...

d) Tốt nhất nên dùng thịt nạc nếu không phần thịt bọc trứng có thể bong ra khi mỡ tan chảy.

e) Cho thịt, gia vị muối và tiêu vào tô. Chia hỗn hợp thành 3 phần bằng nhau.

f) Lấy một phần thịt và dùng lòng bàn tay làm phẳng nó. Đặt một quả trứng vào giữa và bọc trứng cùng với thịt (như bánh bao). Đặt trên một tấm nướng mỡ.

g) Lặp lại bước trước và làm những quả trứng thuộc về nước Cách lan khác.

h) Đặt khay nướng vào lò nướng và nướng trong khoảng 25 đến 30 phút hoặc cho đến khi mặt trên có màu vàng nâu.

6. Thịt viên phô mai

THÀNH PHẦN:
- 1 ounce bì lợn
- 1 pound thịt bò xay ăn cỏ
- ½ muỗng cà phê muối biển hồng
- 1 ½ ounce hỗn hợp phô mai Ý cắt nhỏ
- 1 quả trứng lớn
- ½ muỗng canh mỡ lợn

HƯỚNG DẪN:

a) Chuẩn bị một tấm nướng bánh bằng cách lót nó bằng giấy da. Làm nóng lò nướng của bạn ở nhiệt độ 350° F.

b) Trộn thịt bò, tóp mỡ, muối, trứng, phô mai và mỡ lợn vào tô. Tạo 12 phần hỗn hợp bằng nhau và tạo thành những quả bóng. Đặt các quả bóng lên một tấm nướng bánh.

c) Nướng thịt viên trong khoảng 20-30 phút. Xoay các quả bóng lại sau khoảng 10-12 phút nướng. Khi thịt viên chín kỹ, nhiệt độ bên trong tâm thịt viên phải là 165° F.

d) Bạn có thể nấu thịt viên trong nồi chiên không dầu nếu có. Xoay các quả bóng vài lần trong khi nấu trong nồi chiên không khí.

e) Lấy thịt viên ra khỏi chảo và phục vụ.

7. Cốm bít tết

THÀNH PHẦN:
- 2 pound bít tết thịt nai hoặc thịt bò bít tết, cắt thành từng miếng
- Mỡ lợn, theo yêu cầu, để chiên
- 2 quả trứng lớn

BÁNH MÌ
- 1 cốc phô mai parmesan bào
- 1 thìa cà phê muối nêm
- 1 chén panko thịt lợn

HƯỚNG DẪN:
a) Đánh trứng vào tô.
b) Thêm panko thịt lợn, muối và parmesan vào một cái bát nông và khuấy đều.
c) Đầu tiên, nhúng từng miếng bít tết vào trứng. Lắc bớt chất lỏng thừa, nhúng vào hỗn hợp parmesan và đặt lên đĩa.
d) Lặp lại quá trình này với các miếng bít tết còn lại.
e) Đổ đủ mỡ vào chảo sâu lòng. Đặt chảo lên lửa vừa và để mỡ lợn nóng lên.
f) Khi dầu nóng đến khoảng 325° F, cẩn thận thả một vài miếng bít tết tẩm bột vào dầu. Lật miếng bít tết vài lần để chúng chín vàng đều.
g) Lấy miếng bít tết bằng thìa có rãnh và đặt nó lên đĩa đã lót sẵn khăn giấy. Để nó ráo nước trong vài phút.
h) Nấu các miếng bít tết còn lại tương tự (bước 6-7). Phục vụ.

8. Sườn cừu nướng

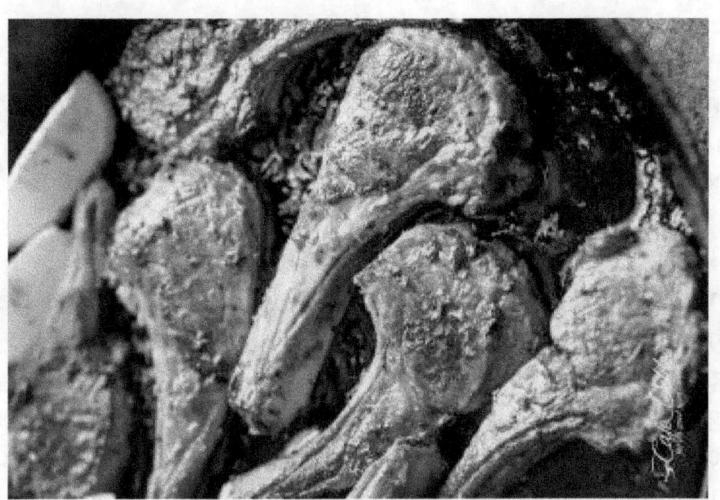

THÀNH PHẦN:
- 4 miếng sườn cừu (dày ¾ inch)
- ½ muỗng canh hương thảo tươi thái nhỏ
- Muối để nếm
- 1 ½ muỗng canh dầu ô liu nguyên chất
- 2 tép tỏi, bóc vỏ, băm nhỏ
- Tiêu xay tươi để nếm thử

HƯỚNG DẪN:
a) Thêm hương thảo, muối, dầu, tỏi và hạt tiêu vào tô và trộn đều.
b) Trải hỗn hợp này lên khắp miếng sườn và cho vào tô. Để nó ướp trong khoảng 15 phút.
c) Trong lúc chờ đợi, hãy thiết lập lò nướng của bạn và làm nóng trước ở mức trung bình cao. Bạn cũng có thể nấu nó trong chảo nướng.
d) Đối với món tái: Nấu trong 2-3 phút hoặc cho đến khi mặt dưới có màu nâu vàng nhạt. Lật mặt một lần và nấu mặt còn lại trong 2-3 phút.
e) Đối với loại tái vừa: Nấu trong 4 phút hoặc cho đến khi mặt dưới hơi vàng nâu. Lật mặt một lần và nấu mặt còn lại trong 4 phút.
f) Dùng thìa có rãnh lấy ra và đặt lên đĩa phục vụ đã được lót giấy da.
g) Phục vụ sau khi nghỉ ngơi trong 5 phút.

9.Chân cừu nướng

THÀNH PHẦN:
- 2 tép tỏi, bóc vỏ, thái lát
- Muối để nếm
- 2 ½ pound đùi cừu
- Vài nhánh hương thảo tươi
- Hương vị hạt tiêu

HƯỚNG DẪN:

a) Chuẩn bị chảo nướng bằng cách phết một ít mỡ. Đảm bảo rằng lò nướng của bạn được làm nóng trước ở nhiệt độ 350° F.

b) Tạo một vài đường rạch trên khắp con cừu. Đổ đầy các lát tỏi vào các khe hở.

c) Rắc một lượng lớn muối và hạt tiêu lên chân cừu.

d) Rắc vài nhánh hương thảo vào chảo và đặt chân cừu lên trên. Rắc thêm vài nhánh hương thảo lên chân.

e) Nướng trong khoảng 1 giờ 30 phút hoặc nấu theo cách bạn thích. Đối với thịt tái vừa, nhiệt độ bên trong ở giữa phần dày nhất của thịt sẽ là 135° F.

10. Nước dùng Ramen thịt heo

THÀNH PHẦN:
- 1,1 pound xương heo, cắt thành miếng lớn
- 2 ¾ pound móng giò lợn, chỉ lấy phần chân, cắt thành từng miếng nhỏ
- 1 xác gà
- 5,3 ounce da heo
- 7 ½ lít nước và thêm để chần

HƯỚNG DẪN:

a) Để chần xương: Lấy một cái nồi lớn. Cho chân giò lợn và xương heo vào. Đổ đủ nước ngập xương.

b) Đặt nồi lên lửa vừa. Để nó sôi trong khoảng 10 phút. Loại bỏ khỏi nhiệt. Loại bỏ xương và để nó sang một bên.

c) Đổ bỏ nước và rửa sạch nồi.

d) Làm sạch xương khỏi cục máu đông và cặn bã bằng một con dao sắc. Hãy chắc chắn để loại bỏ tất cả của nó.

e) Thêm 7,5 lít nước vào nồi lớn. Đun sôi. Thêm xương vào nồi. Ngoài ra, thêm da heo.

f) Giảm nhiệt và để nó sôi.

g) Ban đầu, váng sẽ bắt đầu nổi lên trên. Loại bỏ cặn bằng một cái thìa lớn và loại bỏ nó. Cắt bỏ cả mỡ thừa.

h) Đậy nắp nồi và đun nhỏ lửa trong khoảng 12-15 giờ. Lượng hàng tồn kho sẽ giảm về số lượng và sẽ đặc hơn và hơi đục.

i) Loại bỏ khỏi nhiệt. Khi nguội, lọc vào lọ lớn có lưới lọc.

j) Để tủ lạnh được 5-6 ngày. Nước dùng không sử dụng có thể được đông lạnh.

k) Cách dùng: Đun nóng thật kỹ. Thêm muối và hạt tiêu cho vừa ăn và phục vụ.

11. Thịt thăn lợn áp chảo

THÀNH PHẦN:
- 2 pound thịt thăn lợn, cắt làm tư
- Muối và hạt tiêu cho vừa ăn
- 2 muỗng canh ghee hoặc mỡ lợn

HƯỚNG DẪN:

a) Đặt một cái chảo lớn trên lửa vừa. Thêm chất béo và để nó tan chảy.

b) Thêm thịt lợn và nấu trong vài phút mà không bị quấy rầy. Lật và nấu các mặt còn lại tương tự cho đến khi nhiệt độ bên trong của thịt ở phần dày nhất là 145° F.

c) Lấy thịt lợn ra khỏi chảo và đặt nó lên thớt của bạn. Khi đủ nguội để xử lý, cắt thành lát dày 1 inch. Phục vụ.

12. Trứng nướng của người ăn thịt

THÀNH PHẦN:
- ½ muỗng canh bơ mặn
- ½ muỗng cà phê mùi tây khô
- ¼ thìa cà phê ớt bột xông khói
- 2 quả trứng lớn
- 3,5 ounce thịt bò xay
- ½ thìa cà phê thì là xay
- Muối và hạt tiêu cho vừa ăn
- ¼ cốc phô mai cheddar bào

HƯỚNG DẪN:

a) Làm nóng lò nướng của bạn ở nhiệt độ 400° F.
b) Cho bơ vào chảo nhỏ chịu nhiệt rồi đặt trên lửa lớn và để bơ tan chảy.
c) Thêm thịt bò và nấu trong một phút, khuấy đều.
d) Khuấy ớt bột, muối, hạt tiêu, thì là và rau mùi tây. Đập vỡ thịt khi nấu. Tắt lửa.
e) Dàn đều hỗn hợp thịt lên khắp chảo. Tạo 2 lỗ trên chảo. Các lỗ phải đủ lớn để một quả trứng lọt vào.
f) Đập một quả trứng vào mỗi khoang.
g) Đặt chảo vào lò nướng và nướng cho đến khi trứng chín theo cách bạn thích.

13.Bụng lợn om

THÀNH PHẦN:
- 3/4 lb. thịt ba chỉ nạc, còn da
- 2 muỗng canh dầu
- 1 muỗng canh đường (nếu có đường phèn thì càng tốt)
- 3 muỗng canh rượu Thiệu Hưng
- 1 muỗng canh nước tương thông thường
- ½ muỗng canh nước tương đen
- 2 cốc nước

HƯỚNG DẪN:
a) Bắt đầu bằng cách cắt bụng lợn thành từng miếng dày 3/4 inch.
b) Mang bình nước đi đun. Chần miếng thịt bụng lợn trong vài phút. Điều này giúp loại bỏ tạp chất và bắt đầu quá trình nấu ăn. Lấy thịt lợn ra khỏi nồi, rửa sạch và để sang một bên.
c) Trên lửa nhỏ, thêm dầu và đường vào chảo. Đun chảy đường một chút rồi cho thịt lợn vào. Tăng nhiệt lên mức trung bình và nấu cho đến khi thịt lợn có màu nâu nhạt.
d) Giảm nhiệt xuống thấp và thêm rượu nấu ăn Thiệu Hưng, nước tương thông thường, nước tương đen và nước.
e) Đậy nắp và đun nhỏ lửa trong khoảng 45 phút đến 1 giờ cho đến khi thịt lợn mềm. Cứ sau 5-10 phút, khuấy đều để tránh bị cháy và thêm nước nếu quá khô.
f) Khi thịt lợn đã mềm bằng nĩa, nếu vẫn còn nhiều chất lỏng, hãy mở chảo, tăng lửa và khuấy liên tục cho đến khi nước sốt giảm thành một lớp phủ lấp lánh.

14. Xào cà chua và thịt bò

THÀNH PHẦN:

- ¾ pound bít tết sườn hoặc váy, cắt theo thớ thành lát dày ¼ inch
- 1½ muỗng canh bột bắp, chia
- 1 muỗng canh rượu gạo Thiệu Hưng
- Muối kosher
- Tiêu trắng
- 1 muỗng canh bột cà chua
- 2 muỗng canh nước tương nhẹ
- 1 muỗng cà phê dầu mè
- 1 thìa cà phê đường
- 2 muỗng canh nước
- 2 muỗng canh dầu thực vật
- 4 lát gừng tươi gọt vỏ, mỗi lát có kích thước bằng một phần tư
- 1 củ hẹ lớn, thái lát mỏng
- 2 tép tỏi, băm nhuyễn
- 5 quả cà chua lớn, mỗi quả cắt thành 6 múi
- 2 củ hành lá, tách riêng phần trắng và xanh, thái lát mỏng

HƯỚNG DẪN:

a) Trong một bát nhỏ, trộn thịt bò với 1 thìa bột ngô, rượu gạo và một nhúm nhỏ muối và tiêu trắng. Đặt sang một bên trong 10 phút.

b) Trong một bát nhỏ khác, khuấy đều ½ thìa bột ngô còn lại, bột cà chua, đậu nành nhạt, dầu mè, đường và nước. Để qua một bên.

c) Đun nóng chảo trên lửa vừa cao cho đến khi một giọt nước kêu xèo xèo và bay hơi khi tiếp xúc. Đổ dầu thực vật vào và khuấy đều để phủ đều đáy chảo. Nêm dầu bằng cách thêm gừng và một chút muối. Để gừng sôi trong dầu khoảng 30 giây, xoay nhẹ.

d) Chuyển thịt bò vào chảo và xào trong 3 đến 4 phút cho đến khi không còn màu hồng. Thêm hẹ và tỏi vào xào trong 1 phút. Thêm cà chua và hành trắng vào và tiếp tục xào.

e) Khuấy nước sốt và tiếp tục xào trong 1 đến 2 phút hoặc cho đến khi thịt bò và cà chua phủ đều và nước sốt hơi đặc lại.

f) Loại bỏ gừng, chuyển ra đĩa và trang trí với hành lá xanh. Ăn nóng.

15.Thịt bò và bông cải xanh

THÀNH PHẦN:
- ¾ pound bít tết, cắt ngang thớ thành lát dày ¼ inch
- 1 muỗng canh baking soda
- 1 muỗng canh bột bắp
- 4 muỗng canh nước, chia
- 2 muỗng canh dầu hào
- 2 muỗng canh rượu gạo Thiệu Hưng
- 2 muỗng cà phê đường nâu nhạt
- 1 muỗng canh tương đen
- 2 muỗng canh dầu thực vật
- 4 lát gừng tươi gọt vỏ, cỡ khoảng 1/4
- Muối kosher
- Bông cải xanh 1 pound, cắt thành những bông hoa vừa ăn
- 2 tép tỏi, băm nhuyễn

HƯỚNG DẪN:
a) Trong một bát nhỏ, trộn đều thịt bò và baking soda để phủ đều. Đặt sang một bên trong 10 phút. Rửa sạch thịt bò rồi thấm khô bằng khăn giấy.

b) Trong một tô nhỏ khác, khuấy bột ngô với 2 thìa nước rồi trộn dầu hào, rượu gạo, đường nâu và sốt hoisin. Để qua một bên.

c) Đun nóng chảo trên lửa vừa cao cho đến khi một giọt nước kêu xèo xèo và bay hơi khi tiếp xúc. Đổ dầu vào và xoáy để phủ lên đáy chảo. Nêm dầu bằng cách thêm gừng và một chút muối. Để gừng sôi trong dầu khoảng 30 giây, xoay nhẹ. Cho thịt bò vào chảo và xào trong 3 đến 4 phút cho đến khi không còn màu hồng. Chuyển thịt bò vào tô và đặt sang một bên.

d) Thêm bông cải xanh và tỏi vào xào trong 1 phút, sau đó thêm 2 thìa nước còn lại. Đậy chảo và hấp bông cải xanh trong 6 đến 8 phút cho đến khi mềm giòn.

e) Cho thịt bò vào chảo và khuấy trong nước sốt trong 2 đến 3 phút, cho đến khi phủ đầy và nước sốt hơi đặc lại. Vớt gừng ra, bày ra đĩa, dùng nóng.

16. Bò xào tiêu đen

THÀNH PHẦN:

- 1 muỗng canh dầu hào
- 1 muỗng canh rượu gạo Thiệu Hưng
- 2 thìa cà phê bột ngô
- 2 muỗng cà phê nước tương nhẹ
- Tiêu trắng
- ¼ thìa cà phê đường
- ¾ pound đầu thăn bò hoặc đầu thăn bò, cắt thành miếng 1 inch
- 3 muỗng canh dầu thực vật
- 3 lát gừng tươi gọt vỏ, mỗi lát có kích thước bằng một phần tư
- Muối kosher
- 1 quả ớt chuông xanh, cắt thành dải rộng ½ inch
- 1 củ hành đỏ nhỏ, thái mỏng thành dải
- 1 thìa cà phê tiêu đen mới xay, hoặc nhiều hơn tùy khẩu vị
- 2 thìa cà phê dầu mè

HƯỚNG DẪN:

a) Trong một tô trộn, khuấy đều dầu hào, rượu gạo, bột bắp, đậu nành nhạt, một chút tiêu trắng và đường. Cho thịt bò vào và ướp trong 10 phút.

b) Đun nóng chảo trên lửa vừa cao cho đến khi một giọt nước kêu xèo xèo và bay hơi khi tiếp xúc. Đổ dầu thực vật vào và khuấy đều để phủ đều đáy chảo. Thêm gừng và một chút muối. Để gừng sôi trong dầu khoảng 30 giây, xoay nhẹ.

c) Dùng kẹp chuyển thịt bò vào chảo và loại bỏ phần nước xốt còn sót lại. Áp chảo trong khoảng 1 đến 2 phút hoặc cho đến khi xuất hiện lớp vỏ khô màu nâu. Lật thịt bò và áp chảo mặt còn lại, thêm 2 phút nữa. Xào, đảo và đảo trong chảo thêm 1 đến 2 phút nữa rồi chuyển thịt bò sang tô sạch.

d) Thêm ớt chuông và hành tây vào xào trong 2 đến 3 phút hoặc cho đến khi rau trông bóng và mềm. Cho thịt bò vào chảo, thêm hạt tiêu đen và xào cùng nhau thêm 1 phút nữa.

e) Vớt gừng ra, bày ra đĩa, rưới dầu mè lên trên. Ăn nóng.

17.thịt bò Mông Cổ

THÀNH PHẦN:

- 2 muỗng canh rượu gạo Thiệu Hưng
- 1 muỗng canh nước tương đen
- 1 muỗng canh bột bắp, chia
- ¾ pound bít tết sườn, cắt theo thớ thành lát dày ¼ inch
- ¼ chén nước luộc gà ít natri
- 1 muỗng canh đường nâu nhạt
- 1 cốc dầu thực vật
- 4 hoặc 5 quả ớt đỏ khô nguyên quả
- 4 tép tỏi, thái nhỏ
- 1 thìa cà phê gừng tươi gọt vỏ thái nhỏ
- ½ củ hành vàng, thái lát mỏng
- 2 muỗng canh rau mùi tươi thái nhỏ

HƯỚNG DẪN:

a) Trong một bát trộn, khuấy đều rượu gạo, đậu nành đen và 1 thìa bột ngô. Thêm miếng bít tết sườn thái lát và trộn đều. Đặt sang một bên và ướp trong 10 phút.

b) Đổ dầu vào chảo và đun ở nhiệt độ 375°F trên lửa vừa cao. Bạn có thể biết dầu đã ở nhiệt độ thích hợp khi nhúng đầu thìa gỗ vào dầu. Nếu dầu sủi bọt và kêu xèo xèo xung quanh thì dầu đã sẵn sàng.

c) Nhấc thịt bò ra khỏi nước xốt, giữ lại nước xốt. Cho thịt bò vào dầu và chiên trong 2 đến 3 phút cho đến khi có lớp vỏ vàng. Dùng chảo hớt bọt, chuyển thịt bò vào tô sạch và đặt sang một bên. Thêm nước luộc gà và đường nâu vào bát nước xốt và khuấy đều.

d) Đổ hết dầu ra khỏi chảo trừ 1 thìa canh dầu và đặt trên lửa vừa cao. Thêm ớt, tỏi và gừng. Để chất thơm nóng trong dầu khoảng 10 giây, xoay nhẹ.

e) Thêm hành tây và xào trong 1 đến 2 phút hoặc cho đến khi hành tây mềm và trong suốt. Thêm hỗn hợp nước luộc gà vào và trộn đều. Đun nhỏ lửa trong khoảng 2 phút, sau đó cho thịt bò vào và trộn mọi thứ lại với nhau trong 30 giây nữa.

f) Múc ra đĩa, trang trí với ngò, dùng nóng.

18. Thịt bò Tứ Xuyên với cần tây và cà rốt

THÀNH PHẦN:

- 2 muỗng canh rượu gạo Thiệu Hưng
- 1 muỗng canh nước tương đen
- 2 thìa cà phê dầu mè
- ¾ pound bít tết sườn hoặc váy, cắt theo thớ thành lát dày ¼ inch
- 1 muỗng canh tương đen
- 2 muỗng cà phê nước tương nhẹ
- 2 thìa cà phê nước
- 2 muỗng canh bột bắp, chia
- ¼ thìa cà phê bột ngũ vị hương Trung Quốc
- 2 muỗng canh dầu thực vật
- 1 muỗng cà phê hạt tiêu Tứ Xuyên, nghiền nát
- 4 lát gừng tươi gọt vỏ, mỗi lát có kích thước bằng một phần tư
- 3 tép tỏi, đập nhẹ
- 2 cọng cần tây, cắt thành dải 3 inch
- 1 củ cà rốt lớn, gọt vỏ và cắt thành dải 3 inch
- 2 củ hành lá, thái lát mỏng

HƯỚNG DẪN:

a) Trong một bát trộn, khuấy đều rượu gạo, đậu nành đen và dầu mè. Thêm thịt bò và quăng để kết hợp. Đặt sang một bên trong 10 phút. Trong một bát nhỏ, trộn nước sốt hoisin, đậu nành nhẹ, nước, 1 thìa bột bắp và bột ngũ vị hương. Để qua một bên.

b) Đun nóng chảo trên lửa vừa cao cho đến khi một giọt nước kêu xèo xèo và bay hơi khi tiếp xúc. Đổ dầu thực vật vào và khuấy đều để phủ đều đáy chảo. Nêm dầu bằng cách thêm hạt tiêu, gừng và tỏi. Để chất thơm nóng trong dầu khoảng 10 giây, xoay nhẹ.

c) Trộn thịt bò với 1 thìa bột bắp còn lại cho ngấm rồi cho vào chảo. Áp chảo thịt bò vào cạnh chảo trong 1 đến 2 phút hoặc cho đến khi có lớp vỏ khô màu nâu vàng. Lật và nướng mặt còn lại trong một phút nữa. Đảo và lật thêm khoảng 2 phút nữa cho đến khi thịt bò không còn màu hồng nữa.

d) Di chuyển thịt bò sang các cạnh của chảo và thêm cần tây và cà rốt vào giữa. Xào, đảo và lật cho đến khi rau mềm, thêm 2 đến 3 phút nữa. Khuấy hỗn hợp nước sốt hoisin và đổ vào chảo. Tiếp tục xào, phủ thịt bò và rau với nước sốt trong 1 đến 2 phút, cho đến khi nước sốt bắt đầu đặc lại và trở nên bóng. Loại bỏ gừng và tỏi và loại bỏ.

e) Chuyển sang đĩa và trang trí với hành lá. Ăn nóng.

19.Ly xà lách bò Hoisin

THÀNH PHẦN:
- ¾ pound thịt bò xay
- 2 thìa cà phê bột ngô
- Muối kosher
- Hạt tiêu vừa mới nghiền
- 3 muỗng canh dầu thực vật, chia
- 1 muỗng canh gừng gọt vỏ băm nhuyễn
- 2 tép tỏi, băm nhuyễn
- 1 củ cà rốt, gọt vỏ và thái hạt lựu
- 1 lon (4 ounce) hạt dẻ nước thái hạt lựu, để ráo nước và rửa sạch
- 2 muỗng canh nước sốt hoisin
- 3 củ hành lá, tách riêng phần trắng và xanh, thái lát mỏng
- 8 lá rau diếp tảng băng rộng (hoặc Bibb), cắt thành cốc tròn gọn gàng

HƯỚNG DẪN:
a) Trong một cái bát, rắc thịt bò với bột ngô và một chút muối và hạt tiêu. Trộn đều để kết hợp.
b) Đun nóng chảo trên lửa vừa cao cho đến khi một hạt nước sủi bọt và bay hơi khi tiếp xúc. Đổ 2 thìa dầu vào và xoáy đều để phủ đều đáy chảo. Cho thịt bò vào và chiên vàng đều hai mặt, sau đó đảo và lật, bẻ thịt bò thành từng khối và vụn trong 3 đến 4 phút cho đến khi thịt bò không còn màu hồng. Chuyển thịt bò vào tô sạch và đặt sang một bên.
c) Lau sạch chảo và để lửa vừa. Thêm 1 thìa dầu còn lại vào xào nhanh gừng và tỏi với một chút muối. Khi tỏi có mùi thơm, cho cà rốt và nước hạt dẻ vào đun khoảng 2 đến 3 phút cho đến khi cà rốt mềm. Hạ nhiệt xuống mức vừa, cho thịt bò vào chảo rồi trộn với nước sốt hoisin và lòng trắng hành lá. Quăng để kết hợp, khoảng 45 giây nữa.
d) Trải lá rau diếp ra, 2 lá trên mỗi đĩa và chia đều hỗn hợp thịt bò vào các lá rau diếp. Trang trí với hành lá và ăn như ăn bánh taco mềm.

20. Sườn heo chiên hành tây

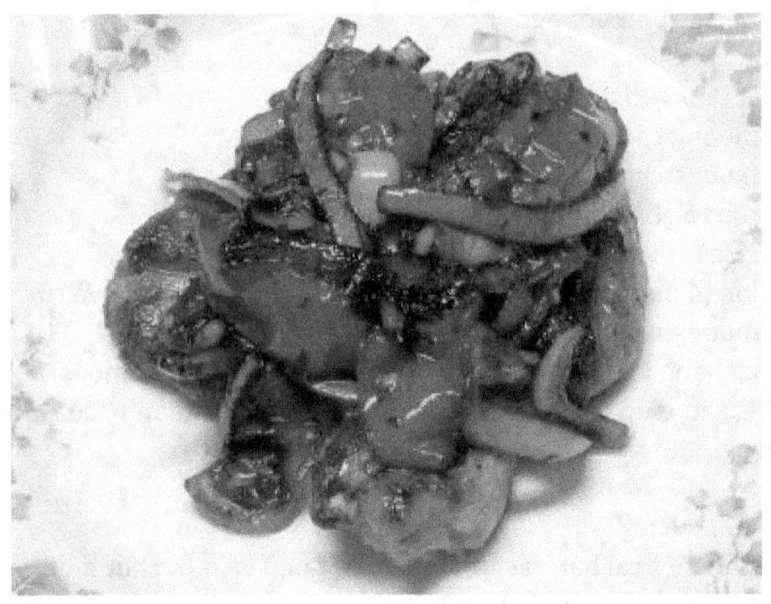

THÀNH PHẦN:
- 4 miếng sườn heo không xương
- 1 muỗng canh rượu Thiệu Hưng
- ½ thìa cà phê tiêu đen mới xay
- Muối kosher
- 3 chén dầu thực vật
- 2 muỗng canh bột bắp
- 3 lát gừng tươi gọt vỏ, mỗi lát có kích thước bằng một phần tư
- 1 củ hành vàng vừa, thái lát mỏng
- 2 tép tỏi, băm nhuyễn
- 2 muỗng canh nước tương nhạt
- 1 muỗng cà phê nước tương đen
- ½ muỗng cà phê giấm rượu vang đỏ
- Đường

HƯỚNG DẪN:

a) Dùng vồ thịt đập sườn lợn cho đến khi dày ½ inch. Cho vào tô, nêm rượu gạo, hạt tiêu và một chút muối. Ướp trong 10 phút.

b) Đổ dầu vào chảo; dầu phải sâu khoảng 1 đến 1½ inch. Đun dầu đến nhiệt độ 375°F trên lửa vừa cao. Bạn có thể biết dầu đã ở nhiệt độ thích hợp khi nhúng đầu thìa gỗ vào dầu. Nếu dầu sủi bọt và kêu xèo xèo xung quanh thì dầu đã sẵn sàng.

c) Làm thành 2 mẻ, phủ bột ngô lên miếng sườn. Nhẹ nhàng thả từng miếng vào dầu và chiên trong 5 đến 6 phút cho đến khi vàng. Chuyển sang đĩa có lót khăn giấy.

d) Đổ hết dầu ra khỏi chảo trừ 1 thìa canh dầu và đặt trên lửa vừa cao. Nêm dầu bằng cách thêm gừng và một chút muối. Để gừng sôi trong dầu khoảng 30 giây, xoay nhẹ.

e) Xào hành tây trong khoảng 4 phút cho đến khi trong và mềm. Thêm tỏi và xào thêm 30 giây nữa hoặc cho đến khi có mùi thơm. Chuyển sang đĩa cùng với sườn heo.

f) Cho đậu nành nhạt, đậu nành đen, giấm rượu vang đỏ và một chút đường vào chảo rồi khuấy đều.

g) Đun sôi rồi cho hành tây và sườn heo vào chảo. Trộn đều khi nước sốt bắt đầu đặc lại một chút.

h) Loại bỏ gừng và loại bỏ. Chuyển sang đĩa và phục vụ ngay lập tức.

21. Thịt lợn ngũ vị với cải chíp

THÀNH PHẦN:
- 1 muỗng canh nước tương nhạt
- 1 muỗng canh rượu gạo Thiệu Hưng
- 1 thìa cà phê bột ngũ vị hương Trung Quốc
- 1 thìa cà phê bột bắp
- ½ muỗng cà phê đường nâu nhạt
- ¾ pound thịt lợn xay
- 2 muỗng canh dầu thực vật
- 2 tép tỏi, bóc vỏ và đập nhẹ
- Muối kosher
- 2 đến 3 đầu cải chíp, cắt chéo thành từng miếng vừa ăn
- 1 củ cà rốt, gọt vỏ và thái hạt lựu
- Cơm nấu chín, để phục vụ

HƯỚNG DẪN:

a) Trong một tô trộn, trộn đều đậu nành nhạt, rượu gạo, bột ngũ vị hương, bột ngô và đường nâu. Thêm thịt lợn vào và trộn nhẹ nhàng để kết hợp. Đặt sang một bên để ướp trong 10 phút.

b) Đun nóng chảo trên lửa vừa cao cho đến khi một giọt nước kêu xèo xèo và bay hơi khi tiếp xúc. Đổ dầu vào và xoáy để phủ lên đáy chảo. Nêm dầu bằng cách thêm tỏi và một chút muối. Để tỏi kêu xèo xèo trong dầu khoảng 10 giây, xoay nhẹ.

c) Thêm thịt lợn vào chảo và để thịt áp vào thành chảo trong 1 đến 2 phút hoặc cho đến khi có lớp vỏ vàng. Lật và nướng mặt còn lại thêm một phút nữa. Đảo và lật để xào thịt lợn thêm 1 đến 2 phút nữa, bẻ thành từng miếng và vón cục cho đến khi không còn màu hồng.

d) Thêm cải thìa và cà rốt rồi đảo đều để kết hợp với thịt lợn. Tiếp tục xào trong 2 đến 3 phút cho đến khi cà rốt và cải chíp mềm. Múc ra đĩa và dùng nóng với cơm.

22. Thịt lợn xào Hoisin

THÀNH PHẦN:
- 2 thìa cà phê rượu gạo Thiệu Hưng
- 2 muỗng cà phê nước tương nhẹ
- ½ muỗng cà phê tương ớt
- ¾ pound thịt thăn lợn không xương, thái mỏng thành dải dài
- 2 muỗng canh dầu thực vật
- 4 lát gừng tươi gọt vỏ, mỗi lát có kích thước bằng một phần tư
- Muối kosher
- Đậu tuyết 4 ounce, thái lát mỏng theo đường chéo
- 2 muỗng canh nước sốt hoisin
- 1 muỗng canh nước

HƯỚNG DẪN:

a) Trong một cái bát, khuấy đều rượu gạo, đậu nành nhẹ và tương ớt. Thêm thịt lợn và quăng vào áo. Đặt sang một bên để ướp trong 10 phút.

b) Đun nóng chảo trên lửa vừa cao cho đến khi một giọt nước kêu xèo xèo và bay hơi khi tiếp xúc. Đổ dầu vào và xoáy để phủ lên đáy chảo. Nêm dầu bằng cách thêm gừng và một chút muối. Để gừng sôi trong dầu khoảng 30 giây, xoay nhẹ.

c) Thêm thịt lợn và nước xốt vào xào trong 2 đến 3 phút cho đến khi không còn màu hồng. Thêm đậu tuyết và xào khoảng 1 phút cho đến khi mềm và trong suốt. Khuấy nước sốt hoisin và nước để làm lỏng nước sốt. Tiếp tục đảo và lật trong 30 giây hoặc cho đến khi nước sốt nóng lên và thịt lợn và đậu Hà Lan phủ đều.

d) Chuyển ra đĩa và dùng nóng.

23. Bụng Thịt Heo Nấu Hai Lần

THÀNH PHẦN:
- 1 pound thịt ba chỉ không xương
- ⅓ chén Nước tương đen hoặc nước sốt đậu đen mua ở cửa hàng
- 1 muỗng canh rượu gạo Thiệu Hưng
- 1 muỗng cà phê nước tương đen
- ½ muỗng cà phê đường
- 2 muỗng canh dầu thực vật, chia
- 4 lát gừng tươi gọt vỏ, mỗi lát có kích thước bằng một phần tư
- Muối kosher
- 1 tỏi tây, cắt đôi theo chiều dọc và cắt theo đường chéo thành lát ½ inch
- ½ quả ớt chuông đỏ, thái lát

HƯỚNG DẪN:

a) Trong một cái chảo lớn, đặt thịt lợn và đổ nước vào. Đun sôi chảo rồi giảm lửa nhỏ. Đun nhỏ lửa trong 30 phút hoặc cho đến khi thịt lợn mềm và chín. Dùng thìa có rãnh chuyển thịt lợn vào tô (loại bỏ nước nấu) và để nguội. Làm lạnh trong vài giờ hoặc qua đêm. Sau khi thịt lợn nguội, cắt mỏng thành từng lát dày ¼ inch và đặt sang một bên. Để thịt nguội hẳn trước khi thái sẽ giúp bạn thái lát mỏng dễ dàng hơn.

b) Trong cốc đo thủy tinh, khuấy đều nước sốt đậu đen, rượu gạo, đậu nành đen và đường rồi đặt sang một bên.

c) Đun nóng chảo trên lửa vừa cao cho đến khi một giọt nước kêu xèo xèo và bay hơi khi tiếp xúc. Đổ 1 thìa dầu vào và xoáy đều để phủ lên đáy chảo. Nêm dầu bằng cách thêm gừng và một chút muối. Để gừng sôi trong dầu khoảng 30 giây, xoay nhẹ.

d) Làm theo mẻ, chuyển một nửa số thịt lợn vào chảo. Để các miếng khô trong chảo trong 2 đến 3 phút. Lật mặt kia để chiên thêm 1 đến 2 phút nữa cho đến khi thịt lợn bắt đầu cuộn tròn. Chuyển sang một cái bát sạch. Lặp lại với phần thịt lợn còn lại.

e) Thêm 1 muỗng canh dầu còn lại. Thêm tỏi tây và ớt đỏ vào xào trong 1 phút cho đến khi tỏi tây mềm. Trộn nước sốt vào và xào cho đến khi có mùi thơm.

f) Cho thịt lợn trở lại chảo và tiếp tục xào thêm 2 đến 3 phút nữa cho đến khi mọi thứ vừa chín hẳn.

g) Bỏ các lát gừng và chuyển sang đĩa phục vụ.

24. Thịt lợn Mu Shu với bánh xèo

THÀNH PHẦN:
CHO BÁNH XẾP
- 1¾ chén bột mì đa dụng
- ¾ cốc nước sôi
- Muối kosher
- 3 muỗng canh dầu mè

CHO THỊT HEO MU SHU
- 2 muỗng canh nước tương nhẹ
- 1 thìa cà phê bột bắp
- 1 thìa cà phê rượu gạo Thiệu Hưng
- Tiêu trắng
- ¾ pound thăn lợn không xương, cắt theo thớ thành dải rộng ¼ inch
- 3 muỗng canh dầu thực vật
- 2 thìa cà phê gừng tươi gọt vỏ thái nhỏ
- Muối kosher
- 1 củ cà rốt lớn, gọt vỏ và thái sợi mỏng dài 3 inch
- 6 đến 8 mộc nhĩ tươi, thái mỏng thành dải sợi dài
- ½ bắp cải xanh đầu nhỏ, thái nhỏ
- 2 hành lá, cắt thành chiều dài ½ inch
- 1 (4-ounce) lon măng thái lát, để ráo nước và thái thành dải mỏng
- ¼ chén nước sốt mận để phục vụ

HƯỚNG DẪN:
ĐỂ LÀM BÁNH XẾP

a) Trong một tô trộn lớn, dùng thìa gỗ trộn đều bột mì, nước sôi và một chút muối. Trộn tất cả cho đến khi nó trở thành một khối bột xù xì. Chuyển bột sang thớt đã rắc bột mì và nhào bằng tay trong khoảng 4 phút hoặc cho đến khi mịn.

b) Bột sẽ nóng nên hãy đeo găng tay dùng một lần để bảo vệ tay. Cho bột trở lại tô và bọc lại bằng màng bọc thực phẩm. Để yên trong 30 phút.

c) Tạo hình bột thành khúc gỗ dài 12 inch bằng cách dùng tay cán bột.

d) Cắt khúc gỗ thành 12 miếng đều nhau, giữ nguyên hình tròn để tạo huy chương. Dùng lòng bàn tay làm phẳng các huy chương và phết dầu mè lên mặt trên. Nhấn các mặt đã bôi dầu lại với nhau để tạo thành 6 chồng miếng bột gấp đôi.

e) Cuộn từng chồng thành một tấm tròn mỏng, đường kính từ 7 đến 8 inch. Tốt nhất bạn nên liên tục lật bánh khi cuộn để bánh có độ mỏng đều cả hai mặt.

f) Đun nóng chảo gang trên lửa vừa cao và nấu từng chiếc bánh kếp trong khoảng 1 phút ở mặt đầu tiên, cho đến khi bánh hơi mờ và bắt đầu phồng rộp. Lật để nấu mặt còn lại, thêm 30 giây nữa.

g) Chuyển bánh vào đĩa có lót khăn bếp và cẩn thận kéo hai chiếc bánh ra xa nhau. Che chúng dưới một chiếc khăn để giữ ấm trong khi bạn tiếp tục làm những chiếc bánh kếp còn lại. Đặt sang một bên cho đến khi sẵn sàng phục vụ.

LÀM THỊT HEO MU SHU

h) Trong một tô trộn, trộn đều đậu nành nhạt, bột bắp, rượu gạo và một chút tiêu trắng. Thêm thịt lợn thái lát vào và trộn đều và ướp trong 10 phút.

i) Đun nóng chảo trên lửa vừa cao cho đến khi một giọt nước kêu xèo xèo và bay hơi khi tiếp xúc. Đổ dầu thực vật vào và khuấy đều để phủ đều đáy chảo. Nêm dầu bằng cách thêm gừng và một chút muối. Để gừng sôi trong dầu khoảng 10 giây, xoay nhẹ.

j) Thêm thịt lợn vào xào từ 1 đến 2 phút cho đến khi không còn màu hồng. Thêm cà rốt và nấm vào rồi tiếp tục xào thêm 2 phút nữa hoặc cho đến khi cà rốt mềm.

k) Thêm bắp cải, hành lá và măng vào xào thêm một phút nữa hoặc cho đến khi chín.

l) Chuyển sang tô và thưởng thức bằng cách múc nhân thịt lợn vào giữa bánh kếp và phủ sốt mận lên trên.

25. Sườn heo sốt đậu đen

THÀNH PHẦN:
- Sườn lợn nặng 1 pound, cắt ngang thành dải rộng 1 inch
- ¼ thìa cà phê tiêu trắng xay
- 2 muỗng canh nước sốt đậu đen hoặc nước sốt đậu đen mua ở cửa hàng
- 1 muỗng canh rượu gạo Thiệu Hưng
- 1 muỗng canh dầu thực vật
- 2 thìa cà phê bột ngô
- Miếng gừng tươi ½ inch, gọt vỏ và băm nhuyễn
- 2 tép tỏi, băm nhuyễn
- 1 muỗng cà phê dầu mè
- 2 củ hành lá, thái lát mỏng

HƯỚNG DẪN:
a) Cắt giữa các miếng sườn để tách chúng thành các miếng sườn vừa ăn. Trong một cái bát nông chịu nhiệt, trộn sườn và hạt tiêu trắng. Thêm nước sốt đậu đen, rượu gạo, dầu thực vật, bột ngô, gừng, tỏi vào rồi trộn đều, đảm bảo các miếng sườn đều được phủ đều. Ướp trong 10 phút.

b) Rửa sạch rổ hấp bằng tre và nắp dưới nước lạnh rồi đặt vào chảo. Đổ nước vào khoảng 2 inch hoặc cho đến khi nước cao hơn mép dưới của nồi hấp khoảng ¼ đến ½ inch, nhưng không nhiều đến mức chạm vào đáy rổ. Đặt tô có sườn vào xửng hấp và đậy nắp lại.

c) Vặn lửa lớn để đun sôi nước, sau đó hạ lửa xuống mức trung bình cao. Hấp trên lửa vừa cao trong 20 đến 22 phút hoặc cho đến khi sườn không còn màu hồng. Bạn có thể cần bổ sung nước, vì vậy hãy tiếp tục kiểm tra để đảm bảo nước không bị khô trong chảo.

d) Cẩn thận lấy tô ra khỏi giỏ hấp. Rưới dầu mè lên sườn và trang trí bằng hành lá. Phục vụ ngay lập tức.

26. Thịt cừu Mông Cổ xào

THÀNH PHẦN:
- 2 muỗng canh rượu gạo Thiệu Hưng
- 1 muỗng canh nước tương đen
- 3 tép tỏi, băm nhỏ
- 2 thìa cà phê bột ngô
- 1 muỗng cà phê dầu mè
- Thịt cừu không xương nặng 1 pound, cắt thành lát dày ¼ inch
- 3 muỗng canh dầu thực vật, chia
- 4 lát gừng tươi gọt vỏ, mỗi lát có kích thước bằng một phần tư
- 2 quả ớt đỏ khô (tùy chọn)
- Muối kosher
- 4 củ hành lá, cắt thành miếng dài 3 inch, sau đó thái mỏng theo chiều dọc

HƯỚNG DẪN:

a) Trong một tô lớn, khuấy đều rượu gạo, đậu nành đen, tỏi, bột ngô và dầu mè. Thêm thịt cừu vào nước xốt và trộn đều. Ướp trong 10 phút.

b) Đun nóng chảo trên lửa vừa cao cho đến khi một giọt nước kêu xèo xèo và bay hơi khi tiếp xúc. Đổ 2 thìa dầu thực vật vào và khuấy đều để phủ đều đáy chảo. Nêm dầu bằng cách thêm gừng, ớt (nếu dùng) và một chút muối. Để chất thơm nóng trong dầu khoảng 30 giây, xoay nhẹ.

c) Dùng kẹp nhấc nửa con cừu ra khỏi nước ướp, lắc nhẹ để phần thừa chảy ra. Dự trữ nước xốt. Chiên trong chảo từ 2 đến 3 phút. Lật để chiên mặt còn lại trong 1 đến 2 phút nữa. Xào nhanh bằng cách đảo và lật nhanh trong chảo thêm 1 phút nữa. Chuyển sang một cái bát sạch. Thêm 1 thìa dầu thực vật còn lại và lặp lại với miếng thịt cừu còn lại.

d) Cho tất cả thịt cừu và nước xốt đã để sẵn vào chảo rồi cho hành lá vào. Xào thêm 1 phút nữa hoặc cho đến khi thịt cừu chín và nước xốt biến thành nước sốt sáng bóng.

e) Múc ra đĩa, bỏ gừng và dùng nóng.

27. Thịt cừu với gừng và tỏi tây

THÀNH PHẦN:
- ¾ pound thịt đùi cừu rút xương, cắt thành 3 khúc, sau đó thái mỏng theo thớ
- Muối kosher
- 2 muỗng canh rượu gạo Thiệu Hưng
- 1 muỗng canh nước tương đen
- 1 muỗng canh nước tương nhạt
- 1 muỗng cà phê dầu hào
- 1 thìa cà phê mật ong
- 1 đến 2 muỗng cà phê dầu mè
- ½ thìa cà phê hạt tiêu Tứ Xuyên xay
- 2 thìa cà phê bột ngô
- 2 muỗng canh dầu thực vật
- 1 muỗng canh gừng tươi gọt vỏ và băm nhuyễn
- 2 tỏi tây, cắt nhỏ và thái lát mỏng
- 4 tép tỏi, băm nhuyễn

HƯỚNG DẪN:
a) Trong một bát trộn, nêm nhẹ thịt cừu với 1 đến 2 nhúm muối. Quăng để phủ và để sang một bên trong 10 phút. Trong một bát nhỏ, khuấy đều rượu gạo, đậu nành đen, đậu nành nhạt, dầu hào, mật ong, dầu mè, hạt tiêu Tứ Xuyên và bột ngô. Để qua một bên.

b) Đun nóng chảo trên lửa vừa cao cho đến khi một giọt nước kêu xèo xèo và bay hơi khi tiếp xúc. Đổ dầu thực vật vào và khuấy đều để phủ đều đáy chảo. Nêm dầu bằng cách thêm gừng và một chút muối. Để gừng sôi trong dầu khoảng 10 giây, xoay nhẹ.

c) Thêm thịt cừu và nướng trong 1 đến 2 phút, sau đó bắt đầu xào, đảo và lật thêm 2 phút nữa hoặc cho đến khi không còn màu hồng. Chuyển sang một cái bát sạch và đặt sang một bên.

d) Thêm tỏi tây và tỏi vào xào trong 1 đến 2 phút hoặc cho đến khi tỏi tây có màu xanh tươi và mềm. Chuyển sang bát thịt cừu.

e) Đổ hỗn hợp nước sốt vào và đun nhỏ lửa trong 3 đến 4 phút, cho đến khi nước sốt giảm đi một nửa và chuyển sang màu bóng. Cho thịt cừu và rau vào chảo rồi trộn đều với nước sốt.

f) Chuyển ra đĩa và dùng nóng.

28. Thịt bò húng quế Thái

THÀNH PHẦN:
- 2 muỗng canh dầu
- 12 oz. thịt bò thái mỏng theo thớ và trộn với 1 thìa cà phê dầu và 2 thìa cà phê bột ngô
- 5 tép tỏi, băm nhỏ
- ½ quả ớt chuông đỏ, thái lát mỏng
- 1 củ hành tây nhỏ, thái lát mỏng
- 2 thìa cà phê nước tương
- 1 muỗng cà phê nước tương đen
- 1 muỗng cà phê dầu hào
- 1 muỗng canh nước mắm
- ½ muỗng cà phê đường
- 1 chén lá húng quế Thái, đóng gói
- Rau mùi, để trang trí

HƯỚNG DẪN:
a) Đun nóng chảo trên lửa cao và thêm dầu vào. Xào thịt bò cho đến khi vừa chín vàng. Lấy ra khỏi chảo và đặt sang một bên.
b) Thêm tỏi và ớt đỏ vào chảo và xào trong khoảng 20 giây.
c) Thêm hành tây và xào cho đến khi chín vàng và hơi caramen.
d) Cho thịt bò trở lại cùng với nước tương, nước tương đen, dầu hào, nước mắm và đường.
e) Xào thêm vài giây nữa rồi cho húng quế Thái vào cho đến khi nó héo hẳn.
f) Ăn kèm cơm hoa nhài và trang trí với ngò.

29. Thịt lợn nướng kiểu Trung Quốc

THÀNH PHẦN:
- 3 pound (1,4 kg) thịt vai/mông lợn (chọn miếng thịt có chút mỡ tốt)
- ¼ cốc (50g) đường
- 2 thìa cà phê muối
- ½ thìa cà phê bột ngũ vị hương
- ¼ thìa cà phê tiêu trắng
- ½ muỗng cà phê dầu mè
- 1 muỗng canh rượu Thiệu Hưng hoặc
- Rượu mận Trung Quốc
- 1 muỗng canh nước tương
- 1 muỗng canh tương đen
- 2 thìa cà phê mật đường
- 3 tép tỏi băm nhuyễn
- 2 muỗng canh mạch nha hoặc mật ong
- 1 muỗng canh nước nóng

HƯỚNG DẪN:

a) Cắt thịt lợn thành dải dài hoặc khối dày khoảng 3 inch. Đừng cắt bớt phần mỡ thừa vì nó sẽ tiết ra và tăng thêm hương vị.

b) Cho đường, muối, bột ngũ vị hương, tiêu trắng, dầu mè, rượu vang, nước tương, tương đen, mật đường, màu thực phẩm (nếu dùng) và tỏi vào tô để làm nước xốt.

c) Dự trữ khoảng 2 muỗng canh nước xốt và đặt nó sang một bên. Chà thịt lợn với phần nước xốt còn lại trong tô lớn hoặc đĩa nướng. Đậy nắp và để lạnh qua đêm, hoặc ít nhất 8 giờ. Đậy nắp và bảo quản nước xốt dành riêng trong tủ lạnh.

d) Làm nóng lò nướng của bạn ở mức cao nhất (475-550 độ F hoặc 250-290 độ C) với giá đỡ được đặt ở phần trên của lò. Lót giấy bạc lên khay và đặt giá kim loại lên trên. Đặt thịt lợn lên giá, chừa càng nhiều khoảng trống càng tốt giữa các miếng. Đổ 1 ½ cốc nước vào chảo bên dưới giá. Điều này ngăn chặn bất kỳ sự nhỏ giọt nào bị cháy hoặc bốc khói.

e) Chuyển thịt lợn vào lò nướng đã làm nóng trước và nướng trong 25 phút. Sau 25 phút, lật thịt lợn. Nếu đáy chảo khô thì cho thêm một cốc nước nữa. Xoay chảo 180 độ để đảm bảo nướng đều. Nướng thêm 15 phút nữa.

f) Trong khi đó, kết hợp nước xốt dành riêng với mạch nha hoặc mật ong và 1 thìa nước nóng. Đây sẽ là nước sốt bạn sẽ dùng để phết thịt lợn.

g) Sau tổng thời gian nướng là 40 phút, hãy nếm thịt lợn, lật mặt và nướng cả mặt còn lại. Nướng trong 10 phút cuối cùng.

h) Sau tổng thời gian quay là 50 phút, thịt lợn sẽ chín kỹ và được tráng caramen lên trên. Nếu nó không được caramen theo ý thích của bạn, bạn có thể bật lò nướng thịt trong vài phút để làm giòn bên ngoài và thêm một số màu sắc/hương vị.

i) Lấy ra khỏi lò và nếm với chút sốt BBQ dành riêng cuối cùng. Để thịt nghỉ 10 phút trước khi cắt và thưởng thức!

30.Bánh bao thịt heo hấp BBQ

THÀNH PHẦN:
ĐỐI VỚI BÁNH HẤP:
- 1 muỗng cà phê men khô hoạt tính
- ¾ cốc nước ấm
- 2 chén bột mì đa dụng
- 1 cốc bột ngô
- 5 thìa đường
- ¼ cốc dầu hạt cải hoặc dầu thực vật
- 2½ muỗng cà phê bột nở

ĐỐI VỚI ĐIỀN:
- 1 muỗng canh dầu
- ⅓ chén hẹ tây hoặc hành đỏ thái nhỏ
- 1 muỗng canh đường
- 1 muỗng canh nước tương nhẹ
- 1½ muỗng canh dầu hào
- 2 thìa cà phê dầu mè
- 2 muỗng cà phê nước tương đen
- ½ chén nước dùng gà
- 2 muỗng canh bột mì đa dụng
- 1½ chén thịt lợn nướng kiểu Trung Quốc thái hạt lựu

HƯỚNG DẪN:

a) Trong tô của máy trộn điện có gắn móc bột (bạn cũng có thể sử dụng tô trộn thông thường và nhào bằng tay), hòa tan 1 thìa cà phê men khô hoạt tính trong 3/4 cốc nước ấm. Rây bột mì và tinh bột ngô rồi cho vào hỗn hợp men cùng với đường và dầu.

b) Bật máy trộn ở mức thấp nhất và để máy trộn cho đến khi tạo thành một khối bột mịn. Che lại bằng một miếng vải ẩm và để yên trong 2 giờ. (Bạn sẽ thêm bột nở sau!)

c) Trong lúc bột nghỉ thì làm phần nhân thịt. Đun nóng 1 thìa dầu trong chảo trên lửa vừa cao. Thêm hẹ/hành vào và xào trong 1 phút. Giảm nhiệt xuống mức vừa phải và thêm đường, nước tương nhạt, dầu hào, dầu mè và nước tương đen. Khuấy và nấu cho đến khi hỗn hợp bắt đầu sủi bọt. Thêm nước luộc gà và bột mì vào, nấu trong 3 phút cho đến khi đặc lại. Tắt bếp và cho thịt lợn nướng vào khuấy đều. Đặt sang một bên để nguội. Nếu bạn làm nhân trước, hãy đậy kín và cho vào tủ lạnh để nhân không bị khô.

d) Sau khi bột đã nghỉ được 2 giờ, thêm bột nở vào bột và bật máy trộn ở mức thấp nhất. Tại thời điểm này, nếu bột trông khô hoặc bạn gặp khó khăn khi trộn bột nở, hãy thêm 1-2 thìa cà phê nước. Nhẹ nhàng nhào bột cho đến khi bột mịn trở lại. Che lại bằng một miếng vải ẩm và để yên trong 15 phút nữa. Trong lúc đó, hãy lấy một mảnh giấy da lớn và cắt nó thành 10 hình vuông 4x4 inch. Chuẩn bị nồi hấp bằng cách đun sôi nước.

e) Bây giờ chúng ta đã sẵn sàng để gói bánh: cuộn bột thành ống dài và chia thành 10 phần bằng nhau. Nhấn từng miếng bột vào một chiếc đĩa có đường kính khoảng 4 inch rưỡi (nó phải dày hơn ở giữa và mỏng hơn ở các cạnh). Thêm một ít nhân vào và xếp bánh cho đến khi chúng khép kín bên trên.

f) Đặt từng chiếc bánh lên một hình vuông bằng giấy da và hấp. Tôi hấp bánh thành hai mẻ riêng biệt bằng cách hấp tre.

g) Sau khi nước sôi, cho bánh vào nồi hấp và hấp từng mẻ bánh trong 12 phút ở nhiệt độ cao.

31. Bụng thịt lợn nướng Quảng Đông

THÀNH PHẦN:
- 3 lb. miếng bụng lợn, còn da
- 2 thìa cà phê rượu Thiệu Hưng
- 2 thìa cà phê muối
- 1 thìa cà phê đường
- ½ thìa cà phê bột ngũ vị hương
- ¼ thìa cà phê tiêu trắng
- 1½ muỗng cà phê giấm rượu gạo
- ½ chén muối biển thô

HƯỚNG DẪN:

a) Rửa sạch thịt ba chỉ và lau khô. Đặt mặt da xuống khay và xoa rượu Thiệu Hưng vào thịt (không phải da). Trộn đều muối, đường,

b) bột ngũ vị hương và hạt tiêu trắng. Chà kỹ hỗn hợp gia vị này vào thịt. Lật miếng thịt lại để mặt da hướng lên trên.

c) Vì vậy, để thực hiện bước tiếp theo, thực ra có một công cụ đặc biệt mà các nhà hàng sử dụng, nhưng chúng tôi chỉ sử dụng một chiếc xiên kim loại sắc nhọn. Hãy chọc các lỗ trên da một cách có hệ thống, điều này sẽ giúp da trở nên sắc nét hơn thay vì luôn mịn màng và sần sùi. Càng có nhiều lỗ thì càng tốt. Ngoài ra hãy chắc chắn rằng chúng đi đủ sâu. Dừng ngay phía trên lớp mỡ bên dưới.

d) Để bụng lợn khô trong tủ lạnh không đậy nắp trong 12-24 giờ.

e) Làm nóng lò nướng ở nhiệt độ 375 độ F. Đặt một miếng giấy bạc lớn (giấy bạc dày là tốt nhất) lên khay nướng và gấp các cạnh xung quanh thịt lợn sao cho thật khít, sao cho bạn tạo thành một loại hộp xung quanh nó. , có đường viền cao 1 inch chạy xung quanh các cạnh.

f) Quét giấm rượu gạo lên trên da heo. Gói muối biển thành một lớp đều trên da để thịt lợn được bao phủ hoàn toàn. Cho vào lò nướng và nướng trong 1 giờ 30 phút. Nếu bụng lợn của bạn vẫn còn dính sườn, hãy nướng trong 1 giờ 45 phút.

g) Lấy thịt lợn ra khỏi lò, bật lò nướng ở mức thấp và đặt giá đỡ lò ở vị trí thấp nhất. Loại bỏ lớp muối biển trên cùng của bụng lợn, mở giấy bạc ra và đặt giá nướng lên chảo.

h) Đặt thịt ba chỉ lên giá và đặt lại dưới vỉ nướng để chiên giòn. Việc này sẽ mất 10-15 phút. Lý tưởng nhất là gà thịt nên ở mức "thấp" để quá trình này có thể diễn ra dần dần. Nếu gà thịt của bạn khá nóng, hãy theo dõi chặt chẽ và đảm bảo giữ thịt lợn càng xa nguồn nhiệt càng tốt.

i) Khi da đã phồng lên và giòn thì lấy ra khỏi lò. Hãy để nó nghỉ ngơi trong khoảng 15 phút. Cắt lát và phục vụ!

THỊT TRẮNG

32. Súp gà kem tỏi

THÀNH PHẦN:
- 4 thìa bơ
- Phô mai kem 8 ounce, cắt khối
- 2 lon (14,5 ounce mỗi lon) nước luộc gà
- Muối và hạt tiêu cho vừa ăn
- 4 chén thịt gà xé nhỏ đã nấu chín
- 4 thìa canh gia vị tỏi hoặc 1 thìa cà phê bột tỏi
- ½ cốc kem đặc

HƯỚNG DẪN:
a) Đặt nồi súp trên lửa vừa và làm tan chảy một ít bơ trong đó.
b) Khi bơ tan chảy, cho gà vào và nấu trong vài phút.
c) Khuấy phô mai kem và gia vị. Trộn đều.
d) Đổ nước dùng và kem vào rồi khuấy đều.
e) Sau khi sôi, giảm nhiệt và nấu trong khoảng 5 đến 6 phút. Múc vào bát súp và phục vụ.

33. Cánh gà

THÀNH PHẦN:
- 2 pound cánh gà
- ¼ cốc phô mai parmesan mới bào
- ¼ thìa cà phê tiêu
- ½ muỗng cà phê muối
- ½ muỗng canh mùi tây tươi băm nhỏ và ½ muỗng cà phê mùi tây khô
- 2 -3 muỗng canh bơ ăn cỏ

HƯỚNG DẪN:

a) Chuẩn bị một tấm nướng bánh bằng cách lót nó bằng giấy da. Làm nóng lò ở nhiệt độ 350°F.

b) Cho bơ vào tô cạn dùng được trong lò vi sóng. Nấu ở nhiệt độ cao trong 15 - 20 giây hoặc cho đến khi bơ tan chảy.

c) Cho muối, hạt tiêu, rau mùi tây và phô mai parmesan vào tô và khuấy đều.

d) Nhúng lần lượt từng cánh gà vào bơ. Nhúng cánh vào hỗn hợp phô mai parmesan và đặt lên khay nướng.

e) Nướng cánh trong khoảng 40 - 60 phút hoặc cho đến khi chín. Làm nguội trong 5 phút và phục vụ.

34. Ức gà áp chảo đơn giản

THÀNH PHẦN:
- 8 nửa ức gà
- ½ muỗng cà phê tiêu hoặc tùy khẩu vị
- 4 muỗng cà phê phô mai parmesan bào (tùy chọn)
- ½ muỗng cà phê muối kosher hoặc nếm thử
- ½ muỗng canh dầu ô liu

HƯỚNG DẪN:

a) Để chuẩn bị thịt gà: Đặt một tấm màng bọc thực phẩm lên mặt bàn và cho thịt gà vào. Dùng một tấm màng bọc thực phẩm khác bọc lại và dùng vồ thịt đập cho đến khi gà dẹt đều.

b) Nêm gà với muối và hạt tiêu. Hãy để nó nghỉ ngơi trong 15-20 phút.

c) Đặt một chiếc chảo gang lên trên lửa cao - đặt gà vào chảo. Để nó nấu không đậy nắp trong 2-3 phút cho đến khi có màu vàng nâu và mỡ tiết ra. Lật mặt và nấu thêm 2-3 phút nữa. Lấy chảo ra khỏi lửa.

d) Rắc phô mai parmesan lên trên nếu dùng. Đặt lò nướng ở chế độ nướng và làm nóng trước.

e) Đặt chảo vào lò nướng và nướng cho đến khi phô mai tan chảy. Ăn nóng.

35. Đùi gà giòn

THÀNH PHẦN:
- 6 đùi gà còn da
- 1 muỗng canh muối
- 2 muỗng canh dầu bơ hoặc dầu ô liu
- Tiêu xay tươi để nếm thử
- Muối Kosher để nếm thử
- Bột tỏi để nếm
- Ớt bột để nếm thử

HƯỚNG DẪN:

a) Chuẩn bị một tấm nướng bánh bằng cách lót nó bằng giấy da. Đảm bảo rằng lò nướng của bạn được làm nóng trước ở nhiệt độ 450° F.

b) Ướp đùi gà với muối, tiêu và gia vị tùy thích. Đặt nó lên khay nướng, thành một lớp duy nhất, không chồng lên nhau.

c) Rưới dầu lên gà.

d) Nướng gà trong khoảng 40 phút hoặc cho đến khi da giòn.

36. Cốm gà của người ăn thịt

THÀNH PHẦN:
THỊT GÀ
- 1 ½ pound thịt gà xay
- ¼ thìa cà phê muối hồng hoặc nhiều hơn tùy khẩu vị
- 1 quả trứng nhỏ
- ¼ thìa cà phê lá oregano khô
- 1 thìa cà phê ớt bột
- ¼ thìa cà phê tiêu
- ¼ thìa cà phê bột tỏi
- ¼ thìa cà phê ớt đỏ

BÁNH MÌ
- ½ cốc phô mai parmesan bào
- ½ chén bì lợn xay

HƯỚNG DẪN:
a) Chuẩn bị khay nướng bằng cách lót một tờ giấy da.
b) Đảm bảo rằng lò nướng của bạn được làm nóng trước ở nhiệt độ 400° F.
c) Thêm phô mai và tóp mỡ vào tô và trộn đều.
d) Đánh trứng vào tô và trộn thịt gà, muối và tất cả các loại gia vị trong đó.
e) Chia hỗn hợp thành 30 phần bằng nhau và tạo hình như cốm.
f) Phủ cốm vào hỗn hợp vỏ và đặt lên khay nướng.
g) Nướng cốm trong lò khoảng 20 đến 25 phút hoặc cho đến khi nó trở nên giòn và có màu nâu vàng.

37. Thịt viên thịt xông khói khói

THÀNH PHẦN:
- 1 ức gà hoặc ½ pound thịt gà xay
- 1 quả trứng nhỏ
- ½ muỗng canh bột hành
- 2 muỗng canh dầu ô liu hoặc dầu bơ
- 4 lát thịt xông khói, nấu chín, thái vụn
- 1 tép tỏi, bóc vỏ
- 1 giọt khói lỏng
- Muối để nếm

HƯỚNG DẪN:
a) Cho thịt gà, trứng, bột hành, thịt xông khói và tỏi vào tô máy xay thực phẩm và xay nhuyễn.
b) Chia hỗn hợp thành nhiều phần nhỏ và làm thịt viên từ đó. Đặt chúng trên một cái đĩa.
c) Đặt chảo lên lửa vừa. Thêm dầu và để nóng. Thêm một ít thịt viên vào và nấu cho đến khi chín đều, thỉnh thoảng lật thịt viên.
d) Lấy ra và đặt trên một chiếc khăn giấy.
e) Nấu các viên thịt còn lại theo mẻ. Rắc muối lên trên và dùng nóng.

38. Thịt gà xông khói

THÀNH PHẦN:
- 2 ức gà, thái hạt lựu
- 2 thìa bột tỏi
- Muối để nếm
- 2 lát thịt xông khói, thái hạt lựu
- 1 muỗng canh gia vị Ý
- ½ muỗng canh dầu bơ

HƯỚNG DẪN:

a) Đặt một cái chảo lớn trên lửa vừa. Thêm thịt xông khói và thịt gà vào nấu chín kỹ.

b) Thêm bột tỏi, muối và gia vị Ý rồi thưởng thức.

39. Thịt viên Xúc xích hun khói

THÀNH PHẦN:
- 2 pound thịt gà xay
- 1 thìa cà phê muối hoặc tùy khẩu vị
- 2 quả trứng, đánh bông
- 1 thìa cà phê tiêu hoặc tùy khẩu vị
- ½ pound Xúc xích hun khói lát, thái nhỏ
- Nước sốt nóng vừa ăn (tùy chọn)

HƯỚNG DẪN:
a) Kết hợp thịt gà, muối, trứng, hạt tiêu và Xúc xích hun khói vào tô.
b) Chuẩn bị khay nướng bằng cách lót giấy da và làm nóng lò nướng ở nhiệt độ 350° F.
c) Tạo 16 quả bóng từ hỗn hợp và đặt chúng lên khay nướng.
d) Nướng thịt viên trong khoảng 20-30 phút hoặc cho đến khi có màu nâu và chín đều. Lăn các quả bóng hai lần trong khi nướng để chúng chín đều. Hoặc thậm chí bạn có thể nấu những quả bóng trong chảo.

40.Đùi gà nướng Parmesan

THÀNH PHẦN:
- 4 đùi gà
- ½ cốc phô mai parmesan mới bào
- ¼ thìa cà phê húng tây khô
- ¼ thìa cà phê muối hoặc tùy theo khẩu vị
- ½ thìa cà phê bột tỏi
- 2 muỗng canh bơ, tan chảy
- ½ muỗng canh rau mùi tây xắt nhỏ
- ½ thìa cà phê ớt bột
- ¼ thìa cà phê tiêu

HƯỚNG DẪN:

a) Chuẩn bị đĩa nướng bằng cách bôi bơ lên đĩa—làm nóng lò nướng ở nhiệt độ 400° F.
b) Đổ bơ tan chảy vào một cái bát nông.
c) Cho muối, gia vị, rau thơm và phô mai parmesan vào tô. Trộn đều.
d) Đầu tiên, nhúng đùi gà vào bát bơ. Nhấc đùi gà ra và để bơ thừa nhỏ giọt. Tiếp theo, nhúng nó vào hỗn hợp parmesan và đặt nó vào đĩa nướng.
e) Lặp lại bước trước và phủ lên đùi gà còn lại.
f) Nướng khoảng 35 - 50 phút, tùy kích cỡ đùi. Ăn nóng.

41. Gà Bơ Tỏi

THÀNH PHẦN:
- 4 ức gà vừa, cắt làm 2 nửa theo chiều ngang
- 2 thìa cà phê gia vị Ý
- Ớt xay nhuyễn để nếm thử
- 8 tép tỏi, bóc vỏ, băm nhỏ
- 2 muỗng canh dầu ô liu
- Muối để nếm
- 4 thìa bơ
- Hương vị hạt tiêu
- ¼ chén rau mùi hoặc lá mùi tây xắt nhỏ

HƯỚNG DẪN:
a) Kết hợp gia vị Ý, ớt đỏ nghiền, muối và hạt tiêu vào tô.
b) Rắc hỗn hợp này lên khắp miếng thịt gà.
c) Đặt một cái chảo lớn trên lửa vừa cao. Thêm dầu vào và đợi vài phút cho dầu nóng.
d) Cho miếng gà vào chảo chiên khoảng 3 - 4 phút, mặt dưới có màu vàng nâu. Lật miếng gà lại và nấu trong 3 - 4 phút.
e) Lấy gà ra khỏi chảo và đặt lên đĩa.
f) Hạ nhiệt xuống mức nhiệt vừa phải. Thêm bơ, tỏi, rau mùi tây và nhiều mảnh ớt đỏ nghiền nát vào rồi trộn đều.
g) Cho gà vào sau khoảng 20 – 30 giây. Rưới sốt bơ lên gà và nấu trong vài phút cho đến khi tỏi chuyển sang màu nâu vàng nhạt. Ăn nóng.

42. Thịt gà bọc tỏi xông khói

THÀNH PHẦN:
- ½ ức gà lớn, cắt thành miếng vừa ăn
- 1 ½ muỗng canh bột tỏi
- 4 – 5 lát thịt xông khói, cắt làm 3

HƯỚNG DẪN:
a) Chuẩn bị một tấm nướng bánh bằng cách lót nó bằng giấy bạc.
b) Đảm bảo rằng lò nướng của bạn được làm nóng trước ở nhiệt độ 400° F.
c) Trải bột tỏi ra đĩa.
d) Nhúng từng miếng thịt gà vào bột tỏi rồi bọc trong miếng thịt xông khói.
e) Đặt nó trên tấm nướng bánh. Để lại một khoảng trống giữa các vết cắn.
f) Đặt khay nướng vào lò nướng và nướng bánh cho đến khi thịt xông khói giòn, khoảng 25 - 30 phút. Xoay miếng cắn giữa chừng khi nướng.

43. Thịt gà xiên (Kebab)

THÀNH PHẦN:
- ½ muỗng canh tỏi băm
- ¼ thìa cà phê hạt tiêu mới xay
- ½ muỗng canh dầu ô liu nguyên chất
- ¾ pound ức gà không xương, không da, cắt thành miếng 1 inch
- Nước cốt ½ quả chanh
- ¼ muỗng cà phê muối Himalaya mịn
- 1 thìa cà phê lá oregano tươi băm nhỏ hoặc ½ thìa cà phê lá oregano khô

HƯỚNG DẪN:

a) Để làm nước xốt: Cho tỏi, lá oregano, muối, tiêu, nước cốt chanh và dầu vào tô và trộn đều.
b) Lấy một hộp thủy tinh có nắp đậy và đặt gà vào đó. Rưới nước xốt lên gà và trộn đều.
c) Đậy nắp bát và để lạnh trong 2 - 8 giờ.
d) Bây giờ lấy bát ra khỏi tủ lạnh và xiên gà vào xiên. Đừng để khoảng cách rộng giữa các miếng thịt gà. Giữ gần nhau.
e) Thiết lập lò nướng của bạn và làm nóng lò nướng trước ở nhiệt độ trung bình, khoảng 330° F. Đặt lò nướng để nấu trực tiếp.
f) Bôi mỡ lên vỉ nướng nếu muốn. Đặt xiên lên vỉ nướng và nướng cho đến khi chín đều.
g) Phục vụ ngay.

44.Bánh quế của người ăn thịt

THÀNH PHẦN:
- 4 ounce thịt gà xay hoặc gà tây xay
- 5 quả trứng
- 2 muỗng canh phô mai parmesan khô
- 4 ounce thịt bò xay

HƯỚNG DẪN:

a) Cho thịt bò và thịt gà vào nồi rồi thêm khoảng 1 - 1-½ cốc nước.

b) Đặt nồi lên lửa vừa cao và đun sôi. Giảm nhiệt một chút và nấu trong 5 - 7 phút. Chuyển thịt vào một cái chao. Để nguội trong 10 phút.

c) Chuyển thịt đã nguội một chút vào tô chế biến thực phẩm. Ngoài ra, thêm trứng và parmesan. Xử lý cho đến khi thực sự trơn tru.

d) Làm nóng trước bàn ủi bánh quế. Bôi mỡ và phết ¼ hỗn hợp lên bàn ủi. Nấu bánh quế như bạn muốn trong 5 - 7 phút hoặc cho đến khi chín.

e) Lấy bánh quế ra và đặt vào đĩa. Làm nguội trong vài phút và phục vụ. Lặp lại các bước và làm các bánh quế khác.

45.Khoai tây chiên của người ăn thịt

THÀNH PHẦN:
- 8 ounce thịt gia cầm nấu chín
- 2 quả trứng
- 0,7 ounce bì lợn
- ½ muỗng cà phê muối

HƯỚNG DẪN:

a) Chuẩn bị khay nướng bằng cách lót giấy nến vào khay. Dùng một đĩa nướng lớn hoặc 2 đĩa nhỏ hơn.

b) Cho thịt, trứng, muối và tóp mỡ vào tô máy xay thực phẩm. Xử lý cho đến khi kết hợp tốt và hơi dai.

c) Múc hỗn hợp vào túi nhựa. Cắt một góc bằng kéo.

d) Bóp hỗn hợp và đổ lên đĩa nướng đã chuẩn bị sẵn với kích thước bạn thích. Để lại những khoảng trống vừa đủ giữa các miếng khoai tây chiên. Bây giờ, làm phẳng từng miếng khoai tây chiên một chút hoặc đến độ dày mong muốn. Nướng khoai tây chiên trong khoảng 20 phút.

e) Đặt lò ở chế độ nướng. Nướng trong vài phút hoặc chiên giòn ở trên.

f) Chia thành 2 đĩa và phục vụ.

46.Đùi gà nướng sốt tỏi

THÀNH PHẦN:
- 4 đùi gà
- 5 – 6 tép tỏi, bóc vỏ
- ½ muỗng canh muối biển
- ¾ chén dầu ô liu
- Nước cốt của ½ quả chanh
- ¼ thìa cà phê tiêu

HƯỚNG DẪN:
a) Trộn dầu, nước chanh, tỏi và gia vị với nhau trong máy xay.
b) Quét hỗn hợp này lên gà và chà xát kỹ.
c) Thêm thịt gà và khuấy đều. Làm lạnh trong 2 - 8 giờ.
d) Nướng gà trên vỉ nướng đã làm nóng trước từ 6 - 8 phút mỗi mặt.

47.Gà kung Pao

THÀNH PHẦN:

- 3 muỗng cà phê nước tương nhẹ
- 2½ thìa cà phê bột bắp
- 2 muỗng cà phê giấm đen Trung Quốc
- 1 thìa cà phê rượu gạo Thiệu Hưng
- 1 muỗng cà phê dầu mè
- ¾ pound đùi gà không xương, không da, cắt thành 1 inch
- 2 muỗng canh dầu thực vật
- 6 đến 8 quả ớt đỏ khô nguyên quả
- 3 củ hành lá, tách riêng phần trắng và xanh, thái lát mỏng
- 2 tép tỏi, băm nhỏ
- 1 thìa cà phê gừng tươi gọt vỏ băm nhỏ
- ¼ chén đậu phộng rang khô không muối

HƯỚNG DẪN:

a) Trong một tô vừa, khuấy đều đậu nành nhẹ, bột ngô, giấm đen, rượu gạo và dầu mè cho đến khi bột ngô tan. Thêm gà vào và khuấy nhẹ nhàng để phủ đều. Ướp trong vòng 10 đến 15 phút hoặc đủ thời gian để chuẩn bị các Nguyên liệu còn lại.

b) Đun nóng chảo trên lửa vừa cao cho đến khi một giọt nước kêu xèo xèo và bay hơi khi tiếp xúc. Đổ dầu thực vật vào và khuấy đều để phủ đều đáy chảo.

c) Thêm ớt và xào trong khoảng 10 giây hoặc cho đến khi chúng bắt đầu chuyển sang màu đen và dầu hơi thơm.

d) Thêm gà, giữ lại nước xốt và xào trong 3 đến 4 phút cho đến khi không còn màu hồng.

e) Cho lòng trắng hành lá, tỏi, gừng vào xào khoảng 30 giây. Đổ nước xốt vào và trộn để phủ lên gà. Cho đậu phộng vào và nấu thêm 2 đến 3 phút nữa cho đến khi nước sốt trở nên bóng.

f) Múc ra đĩa, trang trí với hành lá và dùng nóng.

48.gà bông cải xanh

THÀNH PHẦN:
- 1 muỗng canh rượu gạo Thiệu Hưng
- 2 muỗng cà phê nước tương nhẹ
- 1 thìa cà phê tỏi băm
- 1 thìa cà phê bột bắp
- ¼ thìa cà phê đường
- ¾ pound đùi gà không xương, không da, cắt thành miếng 2 inch
- 2 muỗng canh dầu thực vật
- 4 lát gừng tươi gọt vỏ, cỡ khoảng 1/4
- Muối kosher
- Bông cải xanh 1 pound, cắt thành những bông hoa vừa ăn
- 2 muỗng canh nước
- Mảnh ớt đỏ (tùy chọn)
- ¼ chén nước sốt đậu đen hoặc nước sốt đậu đen mua ở cửa hàng

HƯỚNG DẪN:
a) Trong một bát nhỏ, trộn đều rượu gạo, đậu nành nhẹ, tỏi, bột bắp và đường. Thêm thịt gà và ướp trong 10 phút.

b) Đun nóng chảo trên lửa vừa cao cho đến khi một giọt nước kêu xèo xèo và bay hơi khi tiếp xúc. Đổ dầu thực vật vào và khuấy đều để phủ đều đáy chảo. Thêm gừng và một chút muối. Để gừng sôi trong khoảng 30 giây, xoay nhẹ.

c) Chuyển gà vào chảo, loại bỏ nước xốt. Xào gà trong 4 đến 5 phút cho đến khi không còn màu hồng. Thêm bông cải xanh, nước và một nhúm ớt đỏ (nếu dùng) vào xào trong 1 phút. Đậy chảo và hấp bông cải xanh trong 6 đến 8 phút cho đến khi mềm giòn.

d) Khuấy nước sốt đậu đen cho đến khi bao phủ và đun nóng trong khoảng 2 phút hoặc cho đến khi nước sốt hơi đặc lại và trở nên bóng.

e) Vớt gừng ra, bày ra đĩa, dùng nóng.

49.Gà Zest Zest

THÀNH PHẦN:
- 3 lòng trắng trứng lớn
- 2 muỗng canh bột bắp
- 1½ muỗng canh nước tương nhẹ, chia
- ¼ thìa cà phê tiêu trắng xay
- ¾ pound đùi gà không xương, không da, cắt thành miếng vừa ăn
- 3 chén dầu thực vật
- 4 lát gừng tươi gọt vỏ, mỗi lát có kích thước bằng một phần tư
- 1 muỗng cà phê hạt tiêu Tứ Xuyên, hơi nứt
- Muối kosher
- ½ củ hành tây vàng, thái mỏng thành dải rộng ¼ inch
- Gọt vỏ 1 quả quýt, cắt thành dải dày ⅛ inch
- Nước ép của 2 quả quýt (khoảng ½ cốc)
- 2 thìa cà phê dầu mè
- ½ muỗng cà phê giấm gạo
- Đường nâu nhạt
- 2 củ hành lá, thái lát mỏng để trang trí
- 1 muỗng canh hạt mè, để trang trí

HƯỚNG DẪN:

a) Trong một tô trộn, dùng nĩa hoặc máy đánh trứng đánh lòng trắng trứng cho đến khi nổi bọt và cho đến khi các khối đặc hơn nổi bọt. Khuấy bột ngô, 2 muỗng cà phê đậu nành nhẹ và hạt tiêu trắng cho đến khi hòa quyện. Gấp gà và ướp trong 10 phút.

b) Đổ dầu vào chảo; dầu phải sâu khoảng 1 đến 1½ inch. Đun dầu đến nhiệt độ 375°F trên lửa vừa cao. Bạn có thể biết dầu đã ở nhiệt độ thích hợp khi nhúng đầu thìa gỗ vào dầu. Nếu dầu sủi bọt và kêu xèo xèo xung quanh thì dầu đã sẵn sàng.

c) Dùng thìa có rãnh hoặc chảo hớt bọt, nhấc gà ra khỏi nước ướp và rũ bỏ phần thừa. Cẩn thận thả vào dầu nóng. Chiên gà theo mẻ trong 3 đến 4 phút hoặc cho đến khi gà có màu vàng nâu và bề mặt giòn. Chuyển sang đĩa có lót khăn giấy.

d) Đổ hết dầu ra khỏi chảo trừ 1 thìa canh dầu và đặt trên lửa vừa cao. Khuấy dầu để phủ lên đáy chảo. Nêm dầu bằng cách thêm gừng, hạt tiêu và một chút muối. Để gừng và hạt tiêu sôi trong dầu khoảng 30 giây, xoay nhẹ.

e) Thêm hành tây và xào, dùng thìa đảo đều trong 2 đến 3 phút hoặc cho đến khi hành tây trở nên mềm và trong mờ. Thêm vỏ quýt và xào thêm một phút nữa hoặc cho đến khi có mùi thơm.

f) Thêm nước quýt, dầu mè, giấm và một chút đường nâu. Đun sôi nước sốt và đun nhỏ lửa trong khoảng 6 phút cho đến khi nước sốt giảm đi một nửa. Nó phải có vị siro và rất thơm. Nếm thử và thêm một chút muối nếu cần.

g) Tắt lửa và thêm gà rán vào, trộn đều với nước sốt. Chuyển gà ra đĩa, loại bỏ gừng và trang trí với hành lá thái lát và hạt vừng. Ăn nóng.

50.Gà điều

THÀNH PHẦN:
- 1 muỗng canh nước tương nhạt
- 2 thìa cà phê rượu gạo Thiệu Hưng
- 2 thìa cà phê bột ngô
- 1 muỗng cà phê dầu mè
- ½ muỗng cà phê hạt tiêu Tứ Xuyên xay
- ¾ pound đùi gà không xương, không da, cắt thành khối 1 inch
- 2 muỗng canh dầu thực vật
- Miếng gừng tươi ½ inch gọt vỏ thái nhỏ
- Muối kosher
- ½ quả ớt chuông đỏ, cắt thành miếng ½ inch
- 1 quả bí xanh nhỏ, cắt thành miếng ½ inch
- 2 tép tỏi, băm nhỏ
- ½ chén hạt điều rang khô không muối
- 2 củ hành lá, tách riêng phần trắng và xanh, thái lát mỏng

HƯỚNG DẪN:
a) Trong một tô vừa, khuấy đều đậu nành nhẹ, rượu gạo, bột ngô, dầu mè và hạt tiêu Tứ Xuyên. Thêm gà vào và khuấy nhẹ nhàng để phủ đều. Để ướp trong 15 phút hoặc đủ thời gian để chuẩn bị các Nguyên liệu còn lại.

b) Đun nóng chảo trên lửa vừa cao cho đến khi một giọt nước kêu xèo xèo và bay hơi khi tiếp xúc. Đổ dầu thực vật vào và khuấy đều để phủ đều đáy chảo. Nêm dầu bằng cách thêm gừng và một chút muối. Để gừng sôi trong dầu khoảng 30 giây, xoay nhẹ.

c) Dùng kẹp nhấc gà ra khỏi nước xốt và chuyển vào chảo, bảo quản nước xốt. Xào gà trong 4 đến 5 phút cho đến khi không còn màu hồng. Thêm ớt chuông đỏ, bí xanh, tỏi và xào trong 2 đến 3 phút hoặc cho đến khi rau mềm.

d) Đổ nước xốt vào và trộn để phủ các Thành phần khác. Đun sôi nước xốt và tiếp tục xào trong 1 đến 2 phút cho đến khi nước sốt trở nên đặc và bóng. Khuấy hạt điều và nấu thêm một phút nữa.

e) Múc ra đĩa, trang trí với hành lá, dùng nóng.

51.Gà và rau sốt đậu đen

THÀNH PHẦN:
- 1 muỗng canh nước tương nhẹ
- 1 muỗng cà phê dầu mè
- 1 thìa cà phê bột bắp
- ¾ pound đùi gà không xương, không da, cắt thành miếng vừa ăn
- 3 muỗng canh dầu thực vật, chia
- 1 lát gừng tươi gọt vỏ, cỡ khoảng 1/4
- Muối kosher
- 1 củ hành vàng nhỏ, cắt thành miếng vừa ăn
- ½ quả ớt chuông đỏ, cắt thành miếng vừa ăn
- ½ quả ớt chuông vàng hoặc xanh, cắt thành miếng vừa ăn
- 3 tép tỏi, xắt nhỏ
- ⅓ chén Nước tương đen hoặc nước sốt đậu đen mua ở cửa hàng

HƯỚNG DẪN:

a) Trong một tô lớn, khuấy nhẹ đậu nành, dầu mè và bột ngô với nhau cho đến khi bột ngô tan. Thêm thịt gà và trộn đều trong nước xốt. Đặt gà sang một bên để ướp trong 10 phút.

b) Đun nóng chảo trên lửa vừa cao cho đến khi một giọt nước kêu xèo xèo và bay hơi khi tiếp xúc. Đổ 2 thìa dầu thực vật vào và khuấy đều để phủ đều đáy chảo. Nêm dầu bằng cách thêm gừng và một chút muối. Để gừng sôi trong dầu khoảng 30 giây, xoay nhẹ.

c) Chuyển gà vào chảo và loại bỏ nước xốt. Để các miếng khô trong chảo trong 2 đến 3 phút. Lật để chiên mặt còn lại thêm 1 đến 2 phút nữa. Xào nhanh bằng cách đảo và lật nhanh trong chảo thêm 1 phút nữa. Chuyển sang một cái bát sạch.

d) Thêm 1 thìa dầu còn lại rồi cho hành tây và ớt chuông vào. Xào nhanh trong 2 đến 3 phút, dùng thìa đảo và đảo rau cho đến khi hành tây trông trong mờ nhưng vẫn cứng. Thêm tỏi và xào thêm 30 giây nữa.

e) Cho gà vào chảo và thêm nước sốt đậu đen. Đảo và lật cho đến khi thịt gà và rau củ được phủ đều.

f) Múc ra đĩa, vớt gừng ra, dùng nóng.

52. Gà Đậu Xanh

THÀNH PHẦN:
- ¾ pound đùi gà không xương, không da, cắt ngang hạt thành dải vừa ăn
- 3 muỗng canh rượu gạo Thiệu Hưng, chia
- 2 thìa cà phê bột ngô
- Muối kosher
- mảnh ớt đỏ
- 3 muỗng canh dầu thực vật, chia
- 4 lát gừng tươi gọt vỏ, mỗi lát có kích thước bằng một phần tư
- ¾ pound đậu xanh, cắt nhỏ và cắt đôi theo đường chéo
- 2 muỗng canh nước tương nhẹ
- 1 muỗng canh giấm gạo
- ¼ chén hạnh nhân cắt nhỏ, nướng
- 2 thìa cà phê dầu mè

HƯỚNG DẪN:

a) Trong một tô trộn, trộn thịt gà với 1 thìa rượu gạo, bột ngô, một chút muối và một chút ớt đỏ. Khuấy đều để gà thấm đều. Ướp trong 10 phút.

b) Đun nóng chảo trên lửa vừa cao cho đến khi một giọt nước kêu xèo xèo và bay hơi khi tiếp xúc. Đổ 2 thìa dầu thực vật vào và khuấy đều để phủ đều đáy chảo. Nêm dầu bằng cách thêm gừng và một chút muối. Để gừng sôi trong dầu khoảng 30 giây, xoay nhẹ.

c) Cho gà và nước xốt vào chảo rồi xào trong 3 đến 4 phút hoặc cho đến khi gà hơi cháy và không còn màu hồng. Chuyển sang một cái bát sạch và đặt sang một bên.

d) Thêm 1 thìa dầu thực vật còn lại và xào đậu xanh trong 2 đến 3 phút hoặc cho đến khi chúng chuyển sang màu xanh tươi. Cho gà vào chảo và trộn đều. Thêm 2 thìa rượu gạo, đậu nành nhẹ và giấm còn lại vào. Trộn đều và phủ đều rồi để đậu xanh đun nhỏ lửa thêm 3 phút nữa hoặc cho đến khi đậu xanh mềm. Loại bỏ gừng và loại bỏ.

e) Cho hạnh nhân vào và chuyển ra đĩa. Rưới dầu mè lên và dùng nóng.

53.Gà sốt mè

THÀNH PHẦN:
- 3 lòng trắng trứng lớn
- 3 muỗng canh bột bắp, chia
- 1½ muỗng canh nước tương nhẹ, chia
- 1 pound đùi gà không xương, không da, cắt thành miếng vừa ăn
- 3 chén dầu thực vật
- 3 lát gừng tươi gọt vỏ, mỗi lát có kích thước bằng một phần tư
- Muối kosher
- mảnh ớt đỏ
- 3 tép tỏi, thái nhỏ
- ¼ chén nước luộc gà ít natri
- 2 muỗng canh dầu mè
- 2 củ hành lá, thái lát mỏng để trang trí
- 1 muỗng canh hạt mè, để trang trí

HƯỚNG DẪN:

a) Trong tô trộn, dùng nĩa hoặc máy đánh trứng đánh lòng trắng trứng cho đến khi sủi bọt và các khối lòng trắng trứng chặt hơn cũng sủi bọt. Khuấy đều 2 thìa bột ngô và 2 thìa cà phê đậu nành nhạt cho đến khi hòa quyện. Gấp gà và ướp trong 10 phút.

b) Đổ dầu vào chảo; dầu phải sâu khoảng 1 đến 1½ inch. Đun dầu đến nhiệt độ 375°F trên lửa vừa cao. Bạn có thể biết dầu đã ở nhiệt độ thích hợp khi nhúng đầu thìa gỗ vào dầu. Nếu dầu sủi bọt và kêu xèo xèo xung quanh thì dầu đã sẵn sàng.

c) Dùng thìa có rãnh hoặc chảo hớt bọt, nhấc gà ra khỏi nước ướp và rũ bỏ phần thừa. Cẩn thận thả vào dầu nóng. Chiên gà theo mẻ trong 3 đến 4 phút hoặc cho đến khi gà có màu vàng nâu và bề mặt giòn. Chuyển sang đĩa có lót khăn giấy.

d) Đổ hết dầu ra khỏi chảo trừ 1 thìa canh dầu và đặt trên lửa vừa cao. Khuấy dầu để phủ lên đáy chảo. Nêm dầu bằng cách thêm gừng, một chút muối và hạt tiêu đỏ. Để gừng và hạt tiêu kêu xèo xèo trong dầu khoảng 30 giây, xoay nhẹ.

e) Thêm tỏi và xào, dùng thìa đảo đều trong 30 giây. Khuấy nước luộc gà, còn lại 2½ thìa cà phê đậu nành nhạt và 1 thìa bột bắp còn lại. Đun nhỏ lửa trong 4 đến 5 phút cho đến khi nước sốt đặc lại và trở nên bóng. Thêm dầu mè và khuấy đều để kết hợp.

f) Tắt lửa và thêm gà rán vào, trộn đều với nước sốt. Loại bỏ gừng và loại bỏ. Chuyển sang đĩa và trang trí với hành lá thái lát và hạt vừng.

54. Gà chua ngọt

THÀNH PHẦN:
- 2 thìa cà phê bột ngô
- 2 muỗng canh nước
- 3 muỗng canh dầu thực vật, chia
- 4 lát gừng tươi gọt vỏ, mỗi lát có kích thước bằng một phần tư
- Muối kosher
- ¾ pound đùi gà không xương, không da, cắt thành miếng vừa ăn
- ½ quả ớt chuông đỏ, cắt thành miếng ½ inch
- ½ quả ớt chuông xanh, cắt thành miếng ½ inch
- ½ củ hành vàng, cắt thành miếng ½ inch
- 1 (8 ounce) lon dứa cắt miếng, để ráo nước, để dành nước trái cây
- 1 (4 ounce) lon hạt dẻ nước cắt lát, để ráo nước
- ¼ chén nước luộc gà ít natri
- 2 muỗng canh đường nâu nhạt
- 2 muỗng canh giấm táo
- 2 muỗng canh sốt cà chua
- 1 thìa cà phê sốt Worcestershire
- 3 củ hành lá, thái lát mỏng để trang trí

HƯỚNG DẪN:

a) Trong một bát nhỏ, khuấy đều bột ngô và nước rồi để sang một bên.

b) Đun nóng chảo trên lửa vừa cao cho đến khi một giọt nước kêu xèo xèo và bay hơi khi tiếp xúc. Đổ 2 thìa dầu vào và xoáy đều để phủ đều đáy chảo. Nêm dầu bằng cách thêm gừng và một chút muối. Để gừng sôi trong dầu khoảng 30 giây, xoay nhẹ.

c) Thêm thịt gà và áp chảo trong 2 đến 3 phút. Lật và quăng gà, xào thêm khoảng 1 phút nữa hoặc cho đến khi không còn màu hồng. Chuyển sang một cái bát và đặt sang một bên.

d) Thêm 1 muỗng canh dầu còn lại và xoáy đều. Xào ớt chuông đỏ, xanh và hành tây trong 3 đến 4 phút cho đến khi mềm và trong suốt. Thêm dứa và hạt dẻ nước vào và tiếp tục xào thêm một phút nữa. Thêm rau vào thịt gà và đặt sang một bên.

e) Đổ nước ép dứa dành riêng, nước luộc gà, đường nâu, giấm, sốt cà chua và sốt Worcestershire vào chảo và đun sôi. Giữ lửa ở mức trung bình cao và nấu trong khoảng 4 phút cho đến khi chất lỏng giảm đi một nửa.

f) Cho thịt gà và rau vào chảo rồi trộn đều với nước sốt. Khuấy nhanh hỗn hợp bột bắp-nước rồi cho vào chảo. Đảo và lật mọi thứ xung quanh cho đến khi bột ngô bắt đầu đặc lại, trở nên bóng.

g) Vớt gừng ra, bày ra đĩa, trang trí với hành lá, dùng nóng.

55. Moo Goo Gai Pan

THÀNH PHẦN:
- 1 muỗng canh nước tương nhẹ
- 1 muỗng canh rượu gạo Thiệu Hưng
- 2 thìa cà phê dầu mè
- ¾ pound ức gà không xương, không da, thái thành từng dải mỏng
- ½ chén nước luộc gà ít natri
- 2 muỗng canh dầu hào
- 1 thìa cà phê đường
- 1 muỗng canh bột bắp
- 3 muỗng canh dầu thực vật, chia
- 4 lát gừng tươi gọt vỏ, mỗi lát có kích thước bằng một phần tư
- Muối kosher
- 4 ounce nấm tươi, thái lát mỏng
- 1 (4-ounce) lon măng thái lát, để ráo nước
- 1 (4 ounce) lon hạt dẻ nước cắt lát, để ráo nước
- 1 tép tỏi, băm nhuyễn

HƯỚNG DẪN:

a) Trong một tô lớn, trộn đều đậu nành nhẹ, rượu gạo và dầu mè cho đến khi mịn. Thêm thịt gà và quăng vào áo khoác. Ướp trong 15 phút.

b) Trong một bát nhỏ, trộn nước luộc gà, dầu hào, đường và bột ngô cho đến khi mịn và đặt sang một bên.

c) Đun nóng chảo trên lửa vừa cao cho đến khi một giọt nước kêu xèo xèo và bay hơi khi tiếp xúc. Đổ 2 thìa dầu thực vật vào và khuấy đều để phủ đều đáy chảo. Nêm dầu bằng cách thêm gừng và một chút muối. Để gừng sôi trong dầu khoảng 30 giây, xoay nhẹ.

d) Thêm thịt gà và loại bỏ nước xốt. Xào khoảng 2 đến 3 phút cho đến khi gà không còn màu hồng. Chuyển sang một cái bát sạch và đặt sang một bên.

e) Thêm 1 muỗng canh dầu thực vật còn lại. Xào nấm trong 3 đến 4 phút, đảo và lật nhanh. Ngay khi nấm khô, ngừng xào và để nấm trên chảo nóng trong khoảng một phút. Quăng lại và sau đó nghỉ ngơi thêm một phút nữa.

f) Thêm măng, hạt dẻ nước và tỏi. Xào trong 1 phút hoặc cho đến khi tỏi có mùi thơm. Cho gà vào chảo và trộn đều.

g) Khuấy đều nước sốt rồi cho vào chảo. Xào và nấu cho đến khi nước sốt bắt đầu sôi, khoảng 45 giây. Tiếp tục đảo và đảo cho đến khi nước sốt đặc lại và bóng. Loại bỏ gừng và loại bỏ. Chuyển ra đĩa và dùng khi còn nóng.

56. Trứng Foo Yong

THÀNH PHẦN:

- 5 quả trứng lớn, ở nhiệt độ phòng
- Muối kosher
- Tiêu trắng
- ½ chén mũ nấm hương thái lát mỏng
- ½ chén đậu Hà Lan đông lạnh, rã đông
- 2 hành lá, xắt nhỏ
- 2 thìa cà phê dầu mè
- ½ chén nước luộc gà ít natri
- 1½ muỗng canh dầu hào
- 1 muỗng canh rượu gạo Thiệu Hưng
- ½ muỗng cà phê đường
- 2 muỗng canh nước tương nhạt
- 1 muỗng canh bột bắp
- 3 muỗng canh dầu thực vật
- Cơm nấu chín, để phục vụ

HƯỚNG DẪN:

a) Trong một tô lớn, đánh trứng với một chút muối và hạt tiêu trắng. Khuấy nấm, đậu Hà Lan, hành lá và dầu mè. Để qua một bên.

b) Làm nước sốt bằng cách đun sôi nước luộc gà, dầu hào, rượu gạo và đường trong nồi nhỏ trên lửa vừa. Trong một cốc đo thủy tinh nhỏ, đánh đều đậu nành và bột ngô cho đến khi bột ngô hòa tan hoàn toàn. Đổ hỗn hợp bột ngô vào nước sốt trong khi khuấy liên tục và nấu trong 3 đến 4 phút, cho đến khi nước sốt đủ đặc để phủ lên mặt sau của thìa. Che và đặt sang một bên.

c) Đun nóng chảo trên lửa vừa cao cho đến khi một giọt nước kêu xèo xèo và bay hơi khi tiếp xúc. Đổ dầu thực vật vào và khuấy đều để phủ đều đáy chảo. Thêm hỗn hợp trứng vào và nấu, xoay và lắc chảo cho đến khi mặt dưới có màu vàng. Trượt món trứng tráng ra khỏi chảo lên đĩa và úp ngược chảo hoặc dùng thìa lật lại để chiên mặt còn lại cho đến khi vàng. Gắp trứng tráng ra đĩa phục vụ và dọn lên cơm đã nấu chín với một thìa nước sốt.

57.Xào trứng cà chua

THÀNH PHẦN:
- 4 quả trứng lớn, ở nhiệt độ phòng
- 1 thìa cà phê rượu gạo Thiệu Hưng
- ½ muỗng cà phê dầu mè
- ½ thìa cà phê muối kosher
- Hạt tiêu vừa mới nghiền
- 3 muỗng canh dầu thực vật, chia
- 2 lát gừng tươi gọt vỏ, mỗi lát có kích thước bằng một phần tư
- 1 pound cà chua nho hoặc cà chua bi
- 1 thìa cà phê đường
- Cơm hoặc mì nấu chín để phục vụ

HƯỚNG DẪN:

a) Trong một tô lớn, đánh trứng. Thêm rượu gạo, dầu mè, muối và một chút hạt tiêu vào rồi tiếp tục đánh cho đến khi hòa quyện.

b) Đun nóng chảo trên lửa vừa cao cho đến khi một giọt nước kêu xèo xèo và bay hơi khi tiếp xúc. Đổ 2 thìa dầu thực vật vào và khuấy đều để phủ đều đáy chảo. Khuấy hỗn hợp trứng vào chảo nóng. Xoay và lắc trứng để nấu. Chuyển trứng ra đĩa khi vừa chín nhưng chưa khô. Lều có giấy bạc để giữ ấm.

c) Thêm 1 thìa dầu thực vật còn lại vào chảo. Nêm dầu bằng cách thêm gừng và một chút muối. Để gừng sôi trong dầu khoảng 30 giây, xoay nhẹ.

d) Cho cà chua và đường vào, khuấy đều để dầu thấm đều. Đậy nắp và nấu trong khoảng 5 phút, thỉnh thoảng khuấy đều cho đến khi cà chua mềm và tiết ra nước. Bỏ các lát gừng và nêm cà chua với muối và hạt tiêu.

e) Rắc cà chua lên trên trứng và dùng kèm với cơm hoặc mì đã nấu chín.

58. Tôm và trứng bác

THÀNH PHẦN:
- 2 muỗng canh muối kosher, cộng thêm để làm gia vị
- 2 thìa đường
- 2 cốc nước lạnh
- Tôm cỡ vừa 6 ounce (U41–50), bóc vỏ và bỏ chỉ
- 4 quả trứng lớn, ở nhiệt độ phòng
- ½ muỗng cà phê dầu mè
- Hạt tiêu vừa mới nghiền
- 2 muỗng canh dầu thực vật, chia
- 2 lát gừng tươi gọt vỏ, mỗi lát có kích thước bằng một phần tư
- 2 tép tỏi, thái lát mỏng
- 1 bó hẹ, cắt thành miếng ½ inch

HƯỚNG DẪN:

a) Trong một tô lớn, đánh muối và đường vào nước cho đến khi tan. Thêm tôm vào nước muối. Đậy nắp và để lạnh trong 10 phút.

b) Xả tôm vào một cái chao và rửa sạch. Loại bỏ nước muối. Trải tôm ra khay nướng có lót khăn giấy và lau khô.

c) Trong một tô lớn khác, đánh trứng với dầu mè và một chút muối và hạt tiêu cho đến khi hòa quyện. Để qua một bên.

d) Đun nóng chảo trên lửa vừa cao cho đến khi một giọt nước kêu xèo xèo và bay hơi khi tiếp xúc. Đổ 1 thìa dầu thực vật vào và khuấy đều để phủ đều đáy chảo. Nêm dầu bằng cách thêm gừng và một chút muối. Để gừng sôi trong dầu khoảng 30 giây, xoay nhẹ.

e) Thêm tỏi và xào nhanh để tạo hương vị cho dầu, khoảng 10 giây. Đừng để tỏi có màu nâu hoặc cháy. Thêm tôm vào xào khoảng 2 phút cho đến khi tôm chuyển sang màu hồng. Chuyển sang đĩa và loại bỏ gừng.

f) Bắc chảo lên bếp và thêm 1 thìa dầu thực vật còn lại vào. Khi dầu nóng, khuấy đều hỗn hợp trứng vào chảo. Xoay và lắc trứng để nấu. Cho hẹ vào chảo và tiếp tục nấu cho đến khi trứng chín nhưng không bị khô.

g) Cho tôm trở lại chảo và đảo đều. Chuyển sang đĩa phục vụ.

59. Mãng cầu hấp thơm ngon

THÀNH PHẦN:

- 4 quả trứng lớn, ở nhiệt độ phòng
- 1¾ chén nước luộc gà ít natri hoặc nước lọc
- 2 thìa cà phê rượu gạo Thiệu Hưng
- ½ thìa cà phê muối kosher
- 2 củ hành lá, chỉ lấy phần xanh, thái lát mỏng
- 4 thìa cà phê dầu mè

HƯỚNG DẪN:

a) Trong một tô lớn, đánh trứng. Thêm nước dùng và rượu gạo vào rồi đánh đều. Lọc hỗn hợp trứng qua rây mịn đặt trên cốc đo chất lỏng để loại bỏ bọt khí. Đổ hỗn hợp trứng vào 4 ramekin (6 ounce). Dùng dao gọt, làm vỡ bong bóng trên bề mặt hỗn hợp trứng. Bọc các ramekins bằng giấy nhôm.

b) Rửa sạch rổ hấp bằng tre và nắp dưới nước lạnh rồi đặt vào chảo. Đổ nước vào khoảng 2 inch hoặc cho đến khi nước cao hơn mép dưới của nồi hấp từ ¼ đến ½ inch, nhưng không nhiều đến mức chạm vào đáy rổ. Đặt ramekins vào xửng hấp. Đậy nắp lại.

c) Đun sôi nước, sau đó giảm nhiệt xuống mức lửa nhỏ. Hấp trên lửa nhỏ trong khoảng 10 phút hoặc cho đến khi trứng vừa chín.

d) Cẩn thận lấy ramekins ra khỏi nồi hấp và trang trí mỗi món sữa trứng với một ít hành lá và vài giọt dầu mè. Phục vụ ngay lập tức.

60. Cánh gà chiên mang đi kiểu Trung Quốc

THÀNH PHẦN:
- 10 cánh gà nguyên con, rửa sạch và thấm khô
- 1/8 thìa cà phê tiêu đen
- 1/4 thìa cà phê tiêu trắng
- ¼ thìa cà phê bột tỏi
- 1 thìa cà phê muối
- ½ muỗng cà phê đường
- 1 muỗng canh nước tương
- 1 muỗng canh rượu Thiệu Hưng
- 1 muỗng cà phê dầu mè
- 1 quả trứng
- 1 muỗng canh bột bắp
- 2 thìa bột mì
- Dầu để chiên

HƯỚNG DẪN:
a) Kết hợp tất cả các Nguyên liệu (tất nhiên là ngoại trừ dầu chiên) vào một tô trộn lớn. Trộn tất cả mọi thứ cho đến khi cánh được phủ đều.

b) Để cánh ướp trong 2 giờ ở nhiệt độ phòng hoặc trong tủ lạnh qua đêm để có kết quả tốt nhất. (Nếu bạn để cánh gà trong tủ lạnh, hãy nhớ để chúng về nhiệt độ phòng trước khi nấu).

c) Sau khi ướp, nếu thấy có chất lỏng trong cánh thì nhớ trộn đều lại. Cánh phải được phủ một lớp mỏng giống như bột. Nếu thấy vẫn còn lỏng, hãy thêm một chút bột ngô và bột mì.

d) Đổ dầu vào nồi vừa khoảng 2/3 và đun nóng đến 325 độ F.

e) Chiên cánh theo mẻ nhỏ trong 5 phút và vớt ra khay có lót khăn giấy. Sau khi chiên xong tất cả các cánh, cho từng mẻ vào dầu và chiên lại trong 3 phút.

f) Xả trên khăn giấy hoặc giá để nguội và dùng kèm với nước sốt nóng!

61. Gà húng quế Thái

THÀNH PHẦN:
- 3 đến 4 muỗng canh dầu
- 3 quả ớt Thái hoặc ớt Hà Lan, thái lát mỏng
- 3 củ hẹ, thái lát mỏng
- 5 tép tỏi, thái lát
- 1 pound thịt gà xay
- 2 thìa cà phê đường hoặc mật ong
- 2 muỗng canh nước tương
- 1 muỗng canh nước mắm
- ⅓ chén nước luộc gà hoặc nước có hàm lượng natri thấp
- 1 bó húng quế hoặc lá húng quế Thái

HƯỚNG DẪN:

a) Bắc chảo lên lửa cao, cho dầu, ớt, hẹ tây và tỏi vào xào trong 1-2 phút.

b) Thêm thịt gà xay vào xào trong 2 phút, chia thịt gà thành từng miếng nhỏ.

c) Thêm đường, nước tương và nước mắm. Xào thêm một phút nữa và tráng chảo bằng nước dùng. Vì chảo của bạn ở nhiệt độ cao nên chất lỏng sẽ chín rất nhanh.

d) Thêm húng quế và xào cho đến khi héo.

e) Ăn kèm cơm.

CÁ VÀ HẢI SẢN

62. Cá hồi và kem phô mai

THÀNH PHẦN:
- 3 quả trứng vừa
- ¼ thìa cà phê muối hoặc tùy theo khẩu vị
- ½ muỗng cà phê thì là khô
- 0,88 ounce cá hồi tươi hoặc hun khói, xắt nhỏ
- ½ cốc kem
- Parmesan bào 0,88 ounce
- Phô mai kem 0,88 ounce, thái hạt lựu

HƯỚNG DẪN:
a) Bôi một ít mỡ vào 18 giếng của khuôn làm bánh muffin mini.
b) Hãy chắc chắn rằng lò nướng của bạn được làm nóng trước ở nhiệt độ 360° F.
c) Thêm trứng vào tô và đánh đều. Thêm muối và kem và đánh đều.
d) Thêm parmesan, phô mai kem, thì là và khuấy đều.
e) Chia hỗn hợp trứng vào 18 ô của khuôn muffin mini.
f) Thả ít nhất 1 - 2 miếng cá hồi vào mỗi giếng.
g) Đặt khuôn muffin mini vào lò nướng và nướng trong khoảng 12 - 15 phút hoặc cho đến khi chín.
h) Làm nguội những chiếc bánh nướng xốp nhỏ trên mặt bàn của bạn.
i) Lấy chúng ra khỏi khuôn và phục vụ.

63. Phi lê cá nướng

THÀNH PHẦN:
- 2 muỗng canh bơ, tan chảy
- Một nhúm ớt bột xay
- 3 phi lê cá (5 ounce)
- Hương vị hạt tiêu
- 1 thìa nước cốt chanh
- ½ muỗng cà phê muối

HƯỚNG DẪN:
a) Đảm bảo rằng lò nướng của bạn được làm nóng trước ở nhiệt độ 350° F.
b) Chuẩn bị chảo nướng bằng cách phết một ít mỡ vào chảo.
c) Rắc muối và tiêu lên các miếng phi lê rồi cho vào chảo.
d) Thêm bơ, ớt bột và nước cốt chanh vào tô và khuấy đều. Quét hỗn hợp này lên phi lê.
e) Đặt chảo nướng vào lò nướng và nướng phi lê trong 15-25 phút, cho đến khi cá bong ra dễ dàng khi dùng nĩa đâm vào.

64. Bánh cá hồi

THÀNH PHẦN:
- 2 lon cá hồi (mỗi hộp 14,75 ounce), để ráo nước
- 8 thìa collagen
- 2 cốc phô mai mozzarella cắt nhỏ
- 1 thìa cà phê bột hành
- 4 quả trứng lớn
- 4 thìa cà phê thì là khô
- 1 muỗng cà phê muối biển hồng hoặc tùy khẩu vị
- 4 muỗng canh mỡ thịt xông khói

HƯỚNG DẪN:

a) Cho cá hồi, collagen, phô mai mozzarella, bột hành tây, trứng, thì là và muối vào tô rồi trộn đều.

b) Làm 8 miếng từ hỗn hợp.

c) Đặt một cái chảo lớn trên lửa vừa thấp với mỡ thịt xông khói. Sau khi mỡ đã được làm nóng kỹ, hãy đặt bánh cá hồi vào chảo và nấu cho đến khi bánh có màu vàng nâu ở tất cả các mặt.

d) Nhấc chảo ra khỏi bếp và để miếng chả trong mỡ đã nấu chín trong 5 phút. Phục vụ.

65.Tôm Hùm Nướng

THÀNH PHẦN:
- 4 muỗng canh dầu ô liu hoặc bơ tan chảy
- Muối Kosher để nếm thử
- 4 con tôm hùm sống (1 ½ pound mỗi con)
- Tiêu xay tươi để nếm thử
- Bơ tan chảy để phục vụ
- Nước sốt cay
- Nêm chanh để phục vụ

HƯỚNG DẪN:

a) Đặt tôm hùm sống vào tủ đông trong 15 phút.
b) Đặt chúng lên thớt với tư thế úp bụng xuống thớt. Giữ đuôi. Chia tôm hùm làm đôi theo chiều dọc. Bắt đầu từ điểm nối đuôi với cơ thể và đi lên đầu. Lật hai bên và cắt dọc qua phần đuôi.
c) Xoa bơ tan chảy lên phần vừa cắt ngay sau khi cắt. Rắc muối và hạt tiêu lên trên.
d) Thiết lập lò nướng của bạn và làm nóng lò nướng ở nhiệt độ cao trong 5-10 phút. Làm sạch vỉ nướng và giảm nhiệt xuống lửa nhỏ.
e) Đặt tôm hùm lên vỉ nướng và ấn các càng tôm lên vỉ nướng cho đến khi chín - nướng trong 6-8 phút.
f) Lật các mặt và nấu cho đến khi chín và cháy nhẹ.
g) Chuyển sang đĩa. Rưới bơ tan chảy lên trên và thưởng thức.

66. Nước hầm xương cá

THÀNH PHẦN:
- 2 pound đầu hoặc thân cá
- Muối để nếm
- 7 – 8 lít nước + thêm để chần
- Gừng 2 inch, thái lát
- 2 thìa nước cốt chanh

HƯỚNG DẪN:

a) Để chần cá: Cho nước và đầu cá vào nồi lớn. Đặt nồi trên lửa cao.
b) Khi sôi thì tắt bếp và chắt bỏ nước.
c) Đặt cá trở lại nồi. Đổ 7-8 lít nước.
d) Đặt nồi trên lửa cao. Thêm gừng, muối và nước cốt chanh.
e) Khi hỗn hợp sôi, giảm nhiệt và đậy nắp lại. Đun nhỏ lửa trong 4 giờ.
f) Loại bỏ khỏi nhiệt. Khi nguội, lọc vào lọ lớn có lưới lọc.
g) Để tủ lạnh được 5-6 ngày. Nước dùng không sử dụng có thể được đông lạnh.

67. Tôm Bơ Tỏi

THÀNH PHẦN:
- 1 cốc bơ không muối, chia
- Muối Kosher để nếm thử
- ½ chén nước dùng gà
- Tiêu xay tươi để nếm thử
- ¼ chén lá mùi tây tươi xắt nhỏ
- 3 pound tôm vừa, bóc vỏ, bỏ chỉ
- 10 tép tỏi, bóc vỏ, băm nhỏ
- Nước ép của 2 quả chanh

HƯỚNG DẪN:

a) Thêm 4 thìa bơ vào chảo lớn và đặt chảo trên lửa vừa cao. Khi bơ tan chảy, cho muối, tôm, tiêu vào khuấy đều và nấu trong 2 - 3 phút. Khuấy mỗi phút hoặc lâu hơn. Dùng thìa có rãnh vớt tôm ra và đặt vào đĩa.

b) Cho tỏi vào nồi và nấu cho đến khi có mùi thơm dễ chịu. Đổ nước cốt chanh và kho và khuấy.

c) Khi nước sôi, giảm nhiệt và nấu cho đến khi nước dùng giảm còn một nửa lượng ban đầu.

d) Thêm phần bơ còn lại, mỗi lần một muỗng canh và khuấy đều cho đến khi tan chảy.

e) Thêm tôm và khuấy nhẹ cho đến khi phủ đều.

f) Rắc mùi tây lên trên và phục vụ.

68. Tôm nướng

THÀNH PHẦN:
TÔM GIA VỊ
- 2 thìa cà phê bột tỏi
- 2 thìa cà phê gia vị Ý
- 2 thìa cà phê muối kosher
- ½ - 1 thìa cà phê ớt cayenne

NƯỚNG
- 4 muỗng canh dầu ô liu nguyên chất
- 2 pound tôm, bóc vỏ, bỏ chỉ
- 2 thìa nước cốt chanh tươi
- Dầu để bôi trơn vỉ nướng

HƯỚNG DẪN:

a) Trong trường hợp bạn nướng bánh trong lò nướng, hãy chuẩn bị khay nướng bằng cách lót giấy bạc và phết một ít mỡ vào giấy bạc.
b) Cho bột tỏi, ớt cayenne, muối và gia vị Ý vào tô lớn rồi trộn đều.
c) Thêm nước cốt chanh và dầu vào rồi trộn đều.
d) Khuấy tôm. Hãy chắc chắn rằng tôm được phủ đều hỗn hợp.
e) Bôi một ít dầu lên vỉ nướng. Nướng tôm hoặc nướng trong lò cho đến khi chúng chuyển sang màu hồng. Sẽ mất 2 - 3 phút cho mỗi bên.

69. Cá tuyết áp chảo tỏi

THÀNH PHẦN:
- 2 phi lê cá tuyết (mỗi miếng 4,8 ounce)
- 3 tép tỏi, bóc vỏ, băm nhỏ
- Muối để nếm
- 1 ½ muỗng canh bơ sữa trâu
- ½ muỗng canh bột tỏi (tùy chọn)

HƯỚNG DẪN:
a) Đặt chảo lên lửa vừa cao. Thêm bơ sữa trâu.
b) Sau khi ghee tan chảy, cho nửa củ tỏi vào và nấu trong khoảng 6 – 10 giây.
c) Thêm phi lê và nêm bột tỏi và muối.
d) Chẳng mấy chốc màu sắc của cá sẽ chuyển sang màu trắng hoàn toàn. Màu này sẽ hiện rõ ở khoảng một nửa chiều cao của cá.
e) Lật cá lại và nấu, thêm tỏi còn lại.
f) Khi toàn bộ miếng phi lê chuyển sang màu trắng, lấy ra khỏi chảo và thưởng thức.

70. Tôm muối tiêu

THÀNH PHẦN:
- 1 muỗng canh muối kosher
- 1½ muỗng cà phê hạt tiêu Tứ Xuyên
- 1½ pound tôm lớn (U31–35), bóc vỏ và bỏ đầu, để lại đuôi
- ½ chén dầu thực vật
- 1 cốc bột ngô
- 4 củ hành lá, cắt chéo
- 1 quả ớt jalapeño, cắt đôi và bỏ hạt, thái lát mỏng
- 6 tép tỏi, thái lát mỏng

HƯỚNG DẪN:

a) Trong chảo hoặc chảo xào nhỏ trên lửa vừa, rang muối và hạt tiêu cho đến khi có mùi thơm, lắc và khuấy thường xuyên để tránh bị cháy. Chuyển sang tô để nguội hoàn toàn. Nghiền muối và hạt tiêu với nhau trong máy xay gia vị hoặc bằng cối và chày. Chuyển sang một cái bát và đặt sang một bên.

b) Lau khô tôm bằng khăn giấy.

c) Trong chảo, đun nóng dầu trên lửa vừa cao đến 375°F hoặc cho đến khi dầu sủi bọt và kêu xèo xèo quanh đầu thìa gỗ.

d) Cho bột bắp vào tô lớn. Ngay trước khi bạn sẵn sàng chiên tôm, hãy trộn một nửa con tôm vào bột ngô và rũ bỏ bột ngô dư thừa.

e) Chiên tôm trong 1 đến 2 phút cho đến khi chúng chuyển sang màu hồng. Dùng chảo hớt bọt, chuyển tôm chiên lên giá đặt trên khay nướng cho ráo nước. Lặp lại quá trình với phần tôm còn lại, tẩm bột bắp, chiên chín rồi chuyển ra giá cho ráo nước.

f) Khi tất cả tôm đã chín, cẩn thận loại bỏ tất cả trừ 2 muỗng canh dầu và cho chảo trở lại lửa vừa. Thêm hành lá, ớt jalapeño, tỏi và xào cho đến khi hành lá và ớt jalapeño chuyển sang màu xanh tươi và tỏi có mùi thơm. Cho tôm vào chảo, nêm hỗn hợp muối và hạt tiêu cho vừa ăn (bạn có thể không dùng hết) rồi trộn đều. Gắp tôm ra đĩa và dùng nóng.

71.Tôm say rượu

THÀNH PHẦN:
- 2 chén rượu gạo Thiệu Hưng
- 4 lát gừng tươi gọt vỏ, mỗi lát có kích thước bằng một phần tư
- 2 muỗng canh quả goji khô (tùy chọn)
- 2 thìa cà phê đường
- Tôm cỡ lớn 1 pound (U21–25), bóc vỏ và bỏ đầu, để lại đuôi
- 2 muỗng canh dầu thực vật
- Muối kosher
- 2 thìa cà phê bột ngô

HƯỚNG DẪN:

a) Trong một tô trộn rộng, khuấy đều rượu gạo, gừng, quả kỷ tử (nếu dùng) và đường cho đến khi đường tan. Thêm tôm và đậy nắp. Ướp trong tủ lạnh từ 20 đến 30 phút.

b) Đổ tôm và nước xốt vào một cái rây đặt trên tô. Dự trữ ½ cốc nước xốt và loại bỏ phần còn lại.

c) Đun nóng chảo trên lửa vừa cao cho đến khi một giọt nước kêu xèo xèo và bay hơi khi tiếp xúc. Đổ dầu vào và xoáy để phủ lên đáy chảo. Nêm dầu bằng cách thêm một chút muối và khuấy nhẹ.

d) Thêm tôm vào và xào kỹ, thêm một chút muối khi lật và đảo tôm trong chảo. Tiếp tục đảo tôm khoảng 3 phút cho đến khi tôm chuyển sang màu hồng.

e) Khuấy bột ngô vào nước xốt đã để sẵn rồi rưới lên tôm. Trộn tôm và ướp với nước xốt. Nó sẽ đặc lại thành nước sốt bóng khi bắt đầu sôi, khoảng 5 phút nữa.

f) Múc tôm và kỷ tử ra đĩa, bỏ gừng và dùng nóng.

72.Tôm xào kiểu Thượng Hải

THÀNH PHẦN:
- 1 pound tôm cỡ vừa (U31–40), bóc vỏ và bỏ chỉ, để lại đuôi
- 2 muỗng canh dầu thực vật
- Muối kosher
- 2 thìa cà phê rượu gạo Thiệu Hưng
- 2 hành lá, thái hạt lựu

HƯỚNG DẪN:

a) Dùng kéo nhà bếp sắc hoặc dao gọt, cắt tôm làm đôi theo chiều dọc, giữ nguyên phần đuôi. Khi xào tôm, cắt tôm theo cách này sẽ tạo ra nhiều diện tích bề mặt hơn và tạo ra hình dạng cũng như kết cấu độc đáo!

b) Lau khô tôm bằng khăn giấy và để khô. Tôm càng khô thì món ăn càng đậm đà hương vị. Bạn có thể để tôm trong tủ lạnh, cuộn lại trong khăn giấy tối đa 2 giờ trước khi nấu.

c) Đun nóng chảo trên lửa vừa cao cho đến khi một giọt nước kêu xèo xèo và bay hơi khi tiếp xúc. Đổ dầu vào và xoáy để phủ lên đáy chảo. Nêm dầu bằng cách thêm một chút muối và khuấy nhẹ.

d) Thêm tôm vào chảo nóng cùng một lúc. Đảo và lật nhanh trong 2 đến 3 phút cho đến khi tôm bắt đầu chuyển sang màu hồng. Nêm thêm một nhúm muối nhỏ nữa và thêm rượu gạo. Để rượu sôi trong khi tiếp tục xào, khoảng 2 phút nữa. Tôm tách ra và cuộn tròn, vẫn dính ở đuôi.

e) Chuyển sang đĩa phục vụ và trang trí với hành lá. Ăn nóng.

73.Tôm óc chó

THÀNH PHẦN:
- Xịt dầu thực vật chống dính
- Tôm cỡ lớn 1 pound (U21–25), bóc vỏ
- 25 đến 30 nửa quả óc chó
- 3 chén dầu thực vật, để chiên
- 2 thìa đường
- 2 muỗng canh nước
- ¼ cốc sốt mayonaise
- 3 thìa sữa đặc có đường
- ¼ muỗng cà phê giấm gạo
- Muối kosher
- ⅓ cốc bột ngô

HƯỚNG DẪN:

a) Lót một tấm nướng bằng giấy da và xịt nhẹ bằng bình xịt nấu ăn. Để qua một bên.

b) Bóc tôm bằng cách giữ tôm có mặt cong hướng xuống trên thớt. Bắt đầu từ vùng đầu, đâm đầu dao gọt vào 3/4 con tôm. Cắt một lát từ giữa lưng tôm đến đuôi. Không cắt toàn bộ tôm và không cắt vào vùng đuôi. Mở tôm như một cuốn sách và trải phẳng. Lau sạch tĩnh mạch (đường tiêu hóa của tôm) nếu lộ ra và rửa sạch tôm dưới nước lạnh, sau đó thấm khô bằng khăn giấy. Để qua một bên.

c) Trong chảo, đun nóng dầu trên lửa vừa cao đến 375°F hoặc cho đến khi dầu sủi bọt và kêu xèo xèo quanh đầu thìa gỗ. Chiên quả óc chó cho đến khi có màu vàng nâu, từ 3 đến 4 phút và dùng chảo hớt bọt, chuyển quả óc chó vào đĩa có lót khăn giấy. Đặt sang một bên và tắt lửa.

d) Trong một cái chảo nhỏ, khuấy đều đường và nước rồi đun sôi trên lửa vừa cao, thỉnh thoảng khuấy cho đến khi đường tan. Hạ nhiệt xuống mức trung bình và đun nhỏ lửa để giảm lượng xi-rô trong 5 phút hoặc cho đến khi xi-rô đặc và bóng. Thêm quả óc chó và trộn đều để xi-rô phủ hoàn toàn chúng. Chuyển các loại hạt vào khay nướng đã chuẩn bị sẵn và để nguội. Đường sẽ cứng lại xung quanh các loại hạt và tạo thành vỏ kẹo.

e) Trong một bát nhỏ, khuấy đều sốt mayonnaise, sữa đặc, giấm gạo và một chút muối. Để qua một bên.

f) Đun dầu chảo trở lại nhiệt độ 375°F trên lửa vừa cao. Khi dầu đang nóng, nêm nhẹ tôm với một chút muối. Trong một tô trộn, trộn tôm với bột ngô cho đến khi phủ đều tôm. Làm từng mẻ nhỏ, giữ sạch phần bột ngô dư thừa trên tôm và chiên trong dầu, đảo nhanh chúng trong dầu để chúng không dính vào nhau. Chiên tôm trong 2 đến 3 phút cho đến khi vàng nâu.

g) Chuyển sang tô trộn sạch và rưới nước sốt lên. Gấp nhẹ nhàng cho đến khi tôm được phủ đều. Xếp tôm lên đĩa và trang trí bằng kẹo óc chó. Ăn nóng.

74. Sò điệp nhung

THÀNH PHẦN:
- 1 lòng trắng trứng lớn
- 2 muỗng canh bột bắp
- 2 muỗng canh rượu gạo Thiệu Hưng, chia
- 1 muỗng cà phê muối kosher, chia
- 1 pound sò biển tươi, rửa sạch, bỏ cơ và vỗ nhẹ cho khô
- 3 muỗng canh dầu thực vật, chia
- 1 muỗng canh nước tương nhạt
- ¼ cốc nước cam mới vắt
- Vỏ bào của 1 quả cam
- Mảnh ớt đỏ (tùy chọn)
- 2 củ hành lá, chỉ lấy phần xanh, thái lát mỏng để trang trí

HƯỚNG DẪN:

a) Trong một tô lớn, trộn lòng trắng trứng, bột ngô, 1 thìa rượu gạo và ½ thìa muối rồi dùng máy đánh trứng nhỏ khuấy đều cho đến khi bột ngô tan hoàn toàn và không còn vón cục. Cho sò điệp vào và để lạnh trong 30 phút.

b) Lấy sò điệp ra khỏi tủ lạnh. Mang một nồi nước cỡ vừa vào đun sôi. Thêm 1 muỗng canh dầu thực vật và đun nhỏ lửa. Cho sò điệp vào nước sôi và nấu trong 15 đến 20 giây, khuấy liên tục cho đến khi sò điệp chuyển sang màu đục (sò điệp sẽ không chín hoàn toàn). Dùng dụng cụ hớt bọt trong chảo, chuyển sò điệp vào khay nướng có lót khăn giấy và thấm khô bằng khăn giấy.

c) Trong cốc đong thủy tinh, trộn 1 thìa rượu gạo còn lại, đậu nành nhạt, nước cam, vỏ cam và một nhúm ớt đỏ (nếu dùng) rồi đặt sang một bên.

d) Đun nóng chảo trên lửa vừa cao cho đến khi một giọt nước kêu xèo xèo và bay hơi khi tiếp xúc. Đổ 2 thìa dầu còn lại vào và xoáy đều để phủ lên đáy chảo. Nêm dầu bằng cách thêm ½ thìa cà phê muối còn lại.

e) Thêm sò điệp nhung vào chảo và trộn đều với nước sốt. Xào sò điệp cho đến khi vừa chín, khoảng 1 phút. Chuyển sang món ăn và trang trí với hành lá.

75. Hải sản và rau xào với mì

THÀNH PHẦN:
- 1 chén dầu thực vật, chia
- 3 lát gừng tươi gọt vỏ
- Muối kosher
- 1 quả ớt chuông đỏ, cắt thành miếng 1 inch
- 1 củ hành trắng nhỏ, cắt thành dải dọc mỏng, dài
- 1 nắm đậu tuyết lớn, bỏ dây
- 2 tép tỏi lớn, băm nhuyễn
- ½ pound tôm hoặc cá, cắt thành miếng 1 inch
- 1 muỗng canh nước sốt đậu đen
- ½ pound bún khô hoặc bún đậu

HƯỚNG DẪN:

a) Đun nóng chảo trên lửa vừa cao cho đến khi một giọt nước kêu xèo xèo và bay hơi khi tiếp xúc. Đổ 2 thìa dầu vào và xoáy đều để phủ đều đáy chảo. Nêm dầu bằng cách thêm các lát gừng và một chút muối. Để gừng sôi trong dầu khoảng 30 giây, xoay nhẹ.

b) Thêm ớt chuông và hành tây vào rồi xào nhanh bằng cách dùng thìa đảo và lật chúng trong chảo.

c) Nêm nhẹ muối và tiếp tục xào trong 4 đến 6 phút, cho đến khi hành tây trông mềm và trong mờ. Thêm đậu tuyết và tỏi vào, đảo và lật cho đến khi tỏi có mùi thơm, khoảng một phút nữa. Chuyển rau vào đĩa.

d) Đun nóng thêm 1 thìa dầu rồi cho tôm hoặc cá vào. Đảo nhẹ và nêm nhẹ với một chút muối. Xào khoảng 3 đến 4 phút hoặc cho đến khi tôm chuyển sang màu hồng hoặc cá bắt đầu bong tróc. Trả lại rau và trộn mọi thứ lại với nhau trong 1 phút nữa. Bỏ gừng và chuyển tôm vào đĩa. Lều có giấy bạc để giữ ấm.

e) Lau sạch chảo và quay trở lại nhiệt độ trung bình cao. Đổ lượng dầu còn lại (khoảng ¾ cốc) vào và đun nóng đến nhiệt độ 375°F, hoặc cho đến khi nó sủi bọt và kêu xèo xèo quanh đầu thìa gỗ. Khi dầu vừa đạt nhiệt độ thì cho mì khô vào. Chúng sẽ ngay lập tức bắt đầu phồng lên và nổi lên từ dầu. Dùng kẹp, lật đám mì lên nếu bạn cần chiên mặt trên, cẩn thận nhấc ra khỏi dầu và chuyển sang đĩa có lót khăn giấy để ráo nước và nguội.

f) Nhẹ nhàng bẻ mì thành từng miếng nhỏ rồi rắc lên rau và tôm xào. Phục vụ ngay lập tức.

76. Cá hấp nguyên con với gừng và hành lá

THÀNH PHẦN:
CHO CÁ
- 1 con cá trắng nguyên con, nặng khoảng 2 pound, bỏ đầu và làm sạch
- ½ chén muối kosher, để làm sạch
- 3 hành lá, cắt thành miếng 3 inch
- 4 lát gừng tươi gọt vỏ, mỗi lát có kích thước bằng một phần tư
- 2 muỗng canh rượu gạo Thiệu Hưng

CHO NƯỚC SỐT
- 2 muỗng canh nước tương nhẹ
- 1 muỗng canh dầu mè
- 2 thìa cà phê đường

CHO DẦU GỪNG NÓNG
- 3 muỗng canh dầu thực vật
- 2 thìa gừng tươi gọt vỏ, thái sợi mỏng
- 2 củ hành lá, thái lát mỏng
- Hành đỏ, thái lát mỏng (tùy chọn)
- Rau mùi (tùy chọn)

HƯỚNG DẪN:

a) Chà cá từ trong ra ngoài bằng muối kosher. Rửa sạch cá và lau khô bằng khăn giấy.

b) Trên một chiếc đĩa đủ lớn để vừa với rổ hấp bằng tre, làm lớp lót bằng cách sử dụng một nửa số hành lá và gừng mỗi loại. Đặt cá lên trên rồi nhét số hành lá, gừng còn lại vào bên trong cá. Đổ rượu gạo lên cá.

c) Rửa sạch rổ hấp bằng tre và nắp dưới nước lạnh rồi đặt vào chảo. Đổ nước lạnh vào khoảng 2 inch hoặc cho đến khi nước cao hơn mép dưới của nồi hấp khoảng ¼ đến ½ inch, nhưng không cao đến mức nước chạm vào đáy rổ. Đun sôi nước.

d) Đặt đĩa vào xửng hấp và đậy nắp lại. Hấp cá trên lửa vừa trong 15 phút (cứ thêm nửa pound thì thêm 2 phút). Trước khi lấy cá ra khỏi chảo, dùng nĩa chọc vào gần đầu cá. Nếu thịt bong ra là xong. Nếu thịt vẫn dính vào nhau thì hấp thêm 2 phút nữa.

e) Trong khi cá đang hấp, trong chảo nhỏ, đun nóng đậu nành nhẹ, dầu mè và đường trên lửa nhỏ rồi đặt sang một bên.

f) Sau khi cá chín cho ra đĩa sạch. Đổ bỏ nước nấu và chất thơm ra khỏi đĩa hấp. Đổ hỗn hợp nước tương ấm lên cá. Lều có giấy bạc để giữ ấm trong khi chuẩn bị dầu.

77. Cá xào gừng và cải ngọt

THÀNH PHẦN:
- 1 lòng trắng trứng lớn
- 1 muỗng canh rượu gạo Thiệu Hưng
- 2 thìa cà phê bột ngô
- 1 muỗng cà phê dầu mè
- ½ muỗng cà phê nước tương nhẹ
- Phi lê cá không xương nặng 1 pound, cắt thành khối 2 inch
- 4 muỗng canh dầu thực vật, chia
- Muối kosher
- 4 lát gừng tươi gọt vỏ, cỡ khoảng 1/4
- Cải chíp 3 đầu, cắt thành miếng vừa ăn
- 1 tép tỏi, băm nhỏ

HƯỚNG DẪN:

a) Trong một tô vừa, trộn lòng trắng trứng, rượu gạo, bột bắp, dầu mè và đậu nành nhạt với nhau. Thêm cá vào nước xốt và khuấy đều. Ướp trong 10 phút.

b) Đun nóng chảo trên lửa vừa cao cho đến khi một giọt nước kêu xèo xèo và bay hơi khi tiếp xúc. Đổ 2 thìa dầu thực vật vào và khuấy đều để phủ đều đáy chảo. Nêm dầu bằng cách thêm một chút muối và khuấy nhẹ.

c) Dùng thìa có rãnh, nhấc cá ra khỏi nước ướp và nướng trong chảo khoảng 2 phút mỗi mặt, cho đến khi vàng nhạt cả hai mặt. Chuyển cá vào đĩa và đặt sang một bên.

d) Thêm 2 thìa dầu thực vật còn lại vào chảo. Thêm một chút muối và gừng rồi nêm dầu vào, đảo nhẹ trong 30 giây. Thêm cải thìa và tỏi vào xào trong 3 đến 4 phút, đảo liên tục cho đến khi cải thìa mềm.

e) Cho cá vào chảo và trộn nhẹ nhàng với cải chíp cho đến khi hòa quyện. Nêm nhẹ với một nhúm muối khác. Múc ra đĩa, bỏ gừng và dùng ngay.

78. Vẹm sốt đậu đen

THÀNH PHẦN:
- 3 muỗng canh dầu thực vật
- 2 lát gừng tươi gọt vỏ, mỗi lát có kích thước bằng một phần tư
- Muối kosher
- 2 hành lá, cắt thành miếng dài 2 inch
- 4 tép tỏi lớn, thái lát mỏng
- 2 pound trai PEI sống, đã rửa sạch và bỏ râu
- 2 muỗng canh rượu gạo Thiệu Hưng
- 2 muỗng canh nước sốt đậu đen hoặc nước sốt đậu đen mua ở cửa hàng
- 2 thìa cà phê dầu mè
- ½ bó rau mùi tươi, thái nhỏ

HƯỚNG DẪN:

a) Đun nóng chảo trên lửa vừa cao cho đến khi một giọt nước kêu xèo xèo và bay hơi khi tiếp xúc. Đổ dầu thực vật vào và khuấy đều để phủ đều đáy chảo. Nêm dầu bằng cách thêm các lát gừng và một chút muối. Để gừng sôi trong dầu khoảng 30 giây, xoay nhẹ.

b) Cho hành lá và tỏi vào xào trong 10 giây hoặc cho đến khi hành lá héo.

c) Thêm trai vào và trộn đều với dầu. Đổ rượu gạo xuống thành chảo và đảo nhanh. Đậy nắp và hấp trong 6 đến 8 phút cho đến khi trai mở miệng.

d) Mở nắp và thêm nước sốt đậu đen vào, đảo đều cho trai ngấm đều. Đậy nắp và để hấp thêm 2 phút nữa. Mở nắp và nhặt, loại bỏ những con trai chưa mở vỏ.

e) Rắc trai với dầu mè. Đảo nhanh cho đến khi dầu mè có mùi thơm. Bỏ gừng, chuyển hến ra đĩa và trang trí với ngò.

79. Cua cà ri dừa

THÀNH PHẦN:
- 2 muỗng canh dầu thực vật
- 2 lát gừng tươi gọt vỏ, cỡ khoảng 1/4
- Muối kosher
- 1 củ hẹ, thái lát mỏng
- 1 thìa bột cà ri
- 1 lon nước cốt dừa (13,5 ounce)
- ¼ thìa cà phê đường
- 1 muỗng canh rượu gạo Thiệu Hưng
- 1 pound thịt cua đóng hộp, để ráo nước và nhặt bỏ vỏ
- Hạt tiêu vừa mới nghiền
- ¼ chén ngò tươi hoặc rau mùi tây lá phẳng cắt nhỏ để trang trí
- Cơm nấu chín, để phục vụ

HƯỚNG DẪN:

a) Đun nóng chảo trên lửa vừa cao cho đến khi một giọt nước kêu xèo xèo và bay hơi khi tiếp xúc. Đổ dầu vào và xoáy để phủ lên đáy chảo. Nêm dầu bằng cách thêm các lát gừng và một chút muối. Để gừng sôi trong dầu khoảng 30 giây, xoay nhẹ.

b) Thêm hẹ tây và xào trong khoảng 10 giây. Thêm bột cà ri và khuấy cho đến khi có mùi thơm trong 10 giây nữa.

c) Khuấy nước cốt dừa, đường và rượu gạo, đậy nắp chảo và nấu trong 5 phút.

d) Cho cua vào khuấy đều, đậy nắp và nấu cho đến khi nóng trong khoảng 5 phút. Mở nắp, điều chỉnh gia vị bằng muối và hạt tiêu rồi bỏ gừng. Múc cơm lên trên bát cơm và trang trí với ngò cắt nhỏ.

80. Mực chiên tiêu đen

THÀNH PHẦN:
- 3 chén dầu thực vật
- Ống và xúc tu mực nặng 1 pound, làm sạch và cắt ống thành vòng ⅓ inch
- ½ chén bột gạo
- Muối kosher
- ¼ thìa cà phê tiêu đen mới xay
- ¾ cốc nước có ga, giữ đá lạnh
- 2 muỗng canh rau mùi tươi thái nhỏ

HƯỚNG DẪN:

a) Đổ dầu vào chảo; dầu phải sâu khoảng 1 đến 1½ inch. Đun dầu đến nhiệt độ 375°F trên lửa vừa cao. Bạn có thể nhận biết dầu đã ở nhiệt độ thích hợp khi dầu sủi bọt và kêu xèo xèo quanh đầu thìa gỗ khi nhúng vào. Dùng khăn giấy thấm khô mực.

b) Trong khi đó, trong một cái bát nông, khuấy bột gạo với một chút muối và hạt tiêu. Đánh đều với lượng nước có ga vừa đủ để tạo thành một lớp bột mỏng. Gấp mực vào và làm theo từng mẻ, nhấc mực ra khỏi bột bằng dụng cụ hớt chảo hoặc thìa có rãnh, rũ bỏ phần thừa. Cẩn thận thả vào dầu nóng.

c) Nấu mực khoảng 3 phút cho đến khi có màu vàng nâu và giòn. Dùng chảo hớt váng, vớt mực ra khỏi dầu rồi chuyển sang đĩa có lót sẵn khăn giấy và nêm nhẹ chút muối. Lặp lại với con mực còn lại.

d) Chuyển mực ra đĩa và trang trí với ngò. Ăn nóng.

81. Hàu chiên giòn với hoa giấy ớt tỏi

THÀNH PHẦN:

- 1 hộp (16-ounce) hàu đã bóc vỏ nhỏ
- ½ chén bột gạo
- ½ chén bột mì đa dụng, chia đều
- ½ muỗng cà phê bột nở
- Muối kosher
- Tiêu trắng
- ¼ thìa cà phê bột hành
- ¾ cốc nước có ga, để nguội
- 1 muỗng cà phê dầu mè
- 3 chén dầu thực vật
- 3 tép tỏi lớn, thái lát mỏng
- 1 quả ớt đỏ nhỏ, thái hạt lựu
- 1 quả ớt xanh nhỏ, thái hạt lựu
- 1 củ hành, thái lát mỏng

HƯỚNG DẪN:

a) Trong một tô trộn, trộn đều bột gạo, ¼ chén bột mì đa dụng, bột nở, một chút muối và tiêu trắng và bột hành. Thêm nước có ga và dầu mè vào, trộn đều cho đến khi mịn rồi để sang một bên.

b) Trong chảo, đun nóng dầu thực vật trên lửa vừa cao đến 375°F hoặc cho đến khi nó sủi bọt và kêu xèo xèo quanh đầu thìa gỗ.

c) Dùng khăn giấy thấm hàu và rưới ¼ cốc bột mì đa dụng còn lại vào. Nhúng từng con hàu vào bột gạo rồi cẩn thận thả vào dầu nóng.

d) Chiên hàu trong 3 đến 4 phút hoặc cho đến khi có màu vàng nâu. Chuyển sang giá làm mát bằng dây được lắp trên khay nướng để ráo nước. Rắc nhẹ muối.

e) Chỉnh nhiệt độ dầu về 375°F rồi chiên nhanh tỏi và ớt cho đến khi chúng giòn nhưng vẫn có màu sáng, khoảng 45 giây. Dùng dụng cụ hớt váng, vớt ra khỏi dầu và đặt lên đĩa có lót khăn giấy.

f) Xếp hàu ra đĩa rồi rắc tỏi và ớt lên trên. Trang trí với hành lá cắt lát và dùng ngay.

82. Tôm chiên dừa

THÀNH PHẦN:
- 1/2 chén bột mì đa dụng
- 1 1/2 muỗng cà phê tiêu đen xay
- 2 quả trứng lớn
- 2/3 cốc dừa nạo không đường
- 1/3 chén vụn bánh mì panko
- 12 ounce tôm vừa chưa nấu chín,
- 1 bình xịt nấu ăn
- 1/2 muỗng cà phê muối kosher, chia
- 1/4 cốc mật ong
- 1/4 cốc nước cốt chanh
- 1 quả ớt Serrano, thái lát mỏng
- 2 muỗng cà phê rau mùi tươi xắt nhỏ

HƯỚNG DẪN:

a) Đánh nhẹ trứng vào một đĩa nông khác. Khuấy dừa và panko trong đĩa nông thứ ba.

b) Giữ đuôi từng con tôm, rưới hỗn hợp bột vào, loại bỏ phần thừa. Sau đó nhúng tôm đã bột vào trứng và để phần bột thừa chảy ra.

c) Cuối cùng cho vào hỗn hợp dừa, ấn cho bám dính. Đặt trên một cái đĩa. Phủ đều tôm bằng bình xịt nấu ăn.

d) Trong khi đó, trộn đều mật ong, nước cốt chanh và ớt Serrano vào tô cỡ bình thường để nhúng. Rắc tôm chiên với ngò rồi dùng kèm nước chấm.

83. Tôm chiên chanh ớt Máy sấy

THÀNH PHẦN:
- 1 muỗng canh dầu ô liu
- 1 quả chanh, ép lấy nước
- 1 thìa cà phê chanh tiêu
- 1/4 thìa cà phê ớt bột
- 1/4 thìa cà phê bột tỏi
- 12 ounce tôm vừa chưa nấu chín,
- 1 quả chanh, thái lát

HƯỚNG DẪN:
a) Làm nóng nồi chiên không dầu ở nhiệt độ 400 độ F (200 độ C).
b) Kết hợp dầu dừa, nước cốt chanh, tiêu chanh, ớt bột và bột tỏi vào tô. Thêm tôm và quăng cho đến khi tráng.
c) Đặt tôm vào nồi chiên không khí và nấu cho đến khi có màu hồng và săn chắc, từ 6 đến 8 phút. Ăn kèm với lát chanh.

84. Tôm bọc thịt xông khói

THÀNH PHẦN:
- 1 lít dầu thực vật để chiên
- 32 mỗi cái đã bóc vỏ và bỏ chỉ
- 1 lon ớt jalapeño ngâm
- 16 lát thịt xông khói, cắt làm đôi
- 32 mỗi tăm

HƯỚNG DẪN:

a) Đun nóng dầu trong nồi chiên sâu hoặc chảo lớn đến 350 độ F (175 độ C)

b) Cắt tôm dọc theo thân, gần tới đầu. Nhồi từng con tôm với một miếng ớt jalapeño, sau đó bọc với nửa lát thịt xông khói. Cố định bằng tăm. Lặp lại với tất cả các Thành phần khác.

c) Chiên tôm theo từng mẻ trong dầu nóng trước khi thịt xông khói giòn và có màu vàng nâu, khoảng 2-3 phút. Xả trên đĩa có lót khăn giấy trước khi dùng.

85.Vỏ cua tuyệt vời

THÀNH PHẦN:
- 36 vỏ mì ống lớn (trống)
- 2 gói phô mai neufchatel
- 1 pound thịt cua giả
- 6 ounce tôm nhỏ nấu chín
- 1 củ hành tây, băm nhỏ
- 2 cọng cần tây, xắt nhỏ
- 1/3 cốc sốt mayonaise
- 2 muỗng canh đường trắng
- 1 1/2 muỗng cà phê muối
- 1/2 thìa cà phê tiêu đen xay
- 1 thìa nước cốt chanh

HƯỚNG DẪN:

a) Đun sôi một nồi nước muối lớn, cho vỏ mì ống vào; đun sôi cho đến khi al dente. Thoát nước tốt.

b) Trong một tô trộn lớn, trộn kem phô mai, cua, tôm, hành tây, cần tây, sốt mayonnaise, đường, muối, tiêu và nước cốt chanh; trộn đều.

c) Nhồi hỗn hợp phô mai kem vào vỏ mì ống lớn. Thư giãn ít nhất 2 giờ trước khi phục vụ.

86. Tôm Nhồi Nấm

THÀNH PHẦN:
- 20 cây nấm trắng lớn, để mềm
- 1 (4-ounce) hộp tôm nhỏ, rửa sạch
- 1/2 chén kem phô mai có hương vị hẹ và hành tây
- 1/2 thìa cà phê sốt Worcestershire
- 1 nhúm tỏi bột, hoặc tùy khẩu vị
- 1 chút sốt nóng kiểu Louisiana
- 3/4 chén phô mai Romano bào

HƯỚNG DẪN:

a) Bôi nhẹ một ít dầu lên đĩa nướng 9x13 inch.
b) Trong khi chờ mũ nấm nguội, cho tôm, phô mai kem, sốt Worcestershire, bột tỏi và sốt nóng vào tô rồi khuấy đều.
c) Múc khoảng 2 thìa cà phê hỗn hợp tôm vào nắp mỗi cây nấm và đặt mặt bên đã nhồi vào khay nướng đã chuẩn bị sẵn.
d) Rắc phô mai Romano lên từng cây nấm.
e) Làm nóng lò nướng ở nhiệt độ 400 độ F (200 độ C). Mở đĩa ra và nướng nấm trong lò đã làm nóng trước khoảng 15 phút.

87. Ceviche Mỹ

THÀNH PHẦN:
- 1 gói tôm vừa chín
- 2 gói giả cua
- 5 quả cà chua, thái hạt lựu
- 3 quả bơ vừa (trống)
- 1 quả dưa chuột Anh
- 1 củ hành đỏ, thái hạt lựu
- 1 bó rau mùi, xắt nhỏ
- 4 quả chanh, ép lấy nước
- 2 quả ớt jalapeño vừa,
- 2 tép tỏi, ép
- 1 chai cocktail nước ép cà chua và ngao
- 1 nhúm muối và tiêu đen xay

HƯỚNG DẪN:

a) Trộn tôm, cua giả, cà chua, bơ, dưa chuột, hành tím, ngò, nước cốt chanh, ớt jalapeño và tỏi với nhau trong hộp có nắp; đổ cocktail nước ép cà chua và nghêu lên trên món salad và trộn. Nêm muối và tiêu đen cho vừa ăn.

b) Để salad ướp qua đêm trong tủ lạnh; khuấy lại trước khi phục vụ.

88. Bánh bao thịt lợn và tôm

THÀNH PHẦN:
- 1/4 pound thịt lợn xay
- 1 chén cải xoong xắt nhỏ
- 1/2 (8 ounce) lon nước hạt dẻ
- 1/4 chén hành lá xắt nhỏ
- 1 muỗng canh dầu hào
- 1 1/2 muỗng canh dầu mè
- 1 thìa cà phê tỏi băm
- 1 thìa cà phê nước tương
- 1 gói vỏ bánh bao (16 ounce)
- 1 pound tôm bóc vỏ và bỏ chỉ

HƯỚNG DẪN:

a) Trong một tô lớn, trộn thịt lợn, cải xoong, hạt dẻ nước, hành lá, dầu hào, dầu mè, tỏi, nước tương, tiêu trắng xay và muối rồi trộn đều.

b) Đổ 1/2 thìa cà phê nhân lên mỗi vỏ bánh bao. Đặt 1 con tôm vào phần nhân.

c) Cách nấu: Chiên bánh bao trong chảo lớn trên lửa vừa với dầu trong 15 phút , lật nửa chừng HOẶC Cho vào nồi nước sôi trong 10 phút; để ráo nước và dùng trong nước luộc gà nóng.

89. Món khai vị Tôm Kabobs

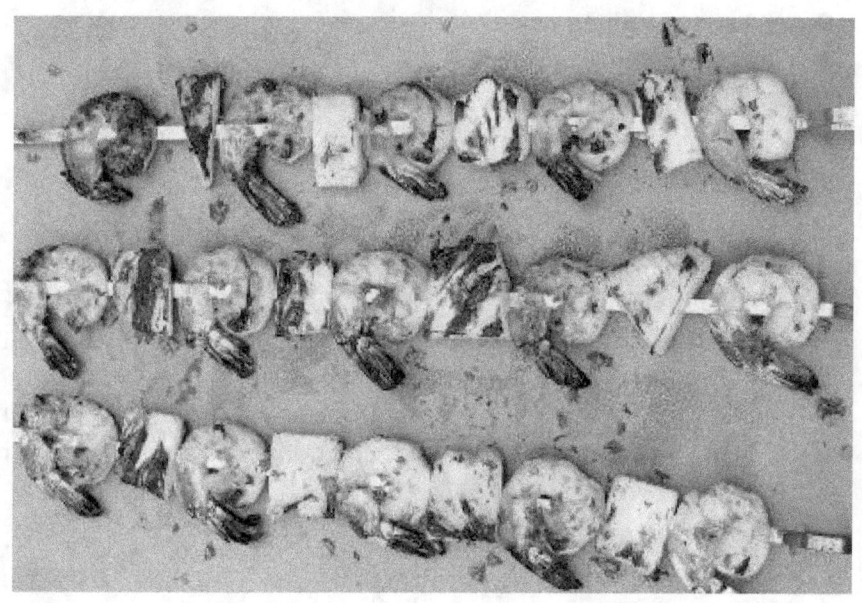

THÀNH PHẦN:
- 3 muỗng canh dầu ô liu
- 3 tép tỏi, nghiền nát
- 1/2 chén vụn bánh mì khô
- 1/2 muỗng cà phê gia vị hải sản
- 32 con tôm cỡ vừa chưa nấu chín
- nước sốt cocktail hải sản

HƯỚNG DẪN:

a) Trong một cái bát cạn, trộn dầu và tỏi; chắc chắn là biểu tượng của 30 phút ute . Trong một bát khác, trộn vụn bánh mì và gia vị hải sản. Nhúng tôm vào hỗn hợp dầu, sau đó phủ hỗn hợp vụn.

b) Xiên vào xiên kim loại hoặc gỗ đã ngâm. Nướng kabob, đậy nắp, trên lửa vừa trong 2-3 phút hoặc cho đến khi tôm chuyển sang màu hồng. Ăn kèm nước sốt hải sản.

90. Cocktail tôm Mexico

THÀNH PHẦN:
- 1/3 chén hành tây Tây Ban Nha xắt nhỏ
- 1/4 cốc nước cốt chanh
- 1 pound tôm vừa nấu chín ướp lạnh
- 2 quả cà chua vừa
- 1 quả dưa chuột thái nhỏ
- 1 cọng cần tây thái nhỏ
- 1 quả ớt jalapeño bỏ hạt
- 2 thìa cà phê muối
- 2 thìa cà phê tiêu đen
- 1 cái ly nước ngao
- 1 cốc sốt cà chua
- 1 bó rau mùi
- 2 muỗng canh nước sốt ớt cay
- 2 quả bơ

HƯỚNG DẪN:

a) Trộn hành tây với nước cốt chanh trong một chiếc bát nhỏ và để yên trong 10 phút. Trong khi đó, cho tôm, cà chua roma, dưa chuột, cần tây, ớt jalapeño, muối và tiêu đen vào tô cho đến khi hòa quyện hoàn toàn.

b) Đánh đều cocktail nước ép cà chua và ngao, sốt cà chua, ngò và sốt ớt trong một tô khác; trộn nước sốt vào hỗn hợp tôm. Nhẹ nhàng gấp bơ vào. Đậy nắp và làm lạnh kỹ, ít nhất 1 giờ.

THỊT CƠ QUAN

91. Lưỡi bò áp chảo

THÀNH PHẦN:
- 2 lưỡi bò nguyên miếng, rửa sạch
- 2 muỗng canh mỡ lợn hoặc bơ
- 6 cốc nước
- Gia vị tùy thích

HƯỚNG DẪN:

a) Tốt nhất nên nấu bằng nồi liền hoặc nồi áp suất.

b) Cho nước và lưỡi vào nồi liền và nấu ở chế độ 'Thủ công' trong 35 phút. Hãy để áp lực được giải phóng một cách tự nhiên.

c) Nếu bạn không có nồi liền, hãy đổ nước vào nồi. Thêm lưỡi và đặt chảo lên lửa vừa.

d) Khi nó bắt đầu sôi, giảm nhiệt xuống lửa nhỏ. Nấu đậy nắp cho đến khi mềm.

e) Loại bỏ lưỡi và đặt chúng trên thớt của bạn. Khi đủ nguội để xử lý, cắt thành lát. Rắc gia vị bạn chọn lên trên.

f) Đặt chảo lên lửa vừa. Thêm bơ. Khi bơ tan chảy, đặt các lát lưỡi vào chảo và nướng trong 2-3 phút. Sau khi thực hiện xong một đầu, hãy nấu mặt còn lại cho đến khi có màu nâu vàng đẹp mắt. Ăn nóng.

92.Kebab gan Ma-rốc

THÀNH PHẦN:
- 8 ounce mỡ thận, tùy chọn nhưng nên cắt thành khối
- Gan bê hoặc cừu tươi 2,2 pound (tốt nhất là gan bê), loại bỏ lớp màng trong suốt, cắt thành khối ¾ inch

GIA VỊ
- 2 muỗng canh ớt bột ngọt
- 2 thìa cà phê muối
- 1 thìa cà phê thì là xay

PHỤC VỤ
- 2 thìa cà phê thì là xay
- 2 muỗng cà phê ớt cayenne (tùy chọn)
- 2 thìa cà phê muối

HƯỚNG DẪN:
a) Cho gan và mỡ vào tô rồi trộn đều.
b) Rắc ớt bột, muối và thì là lên trên rồi đảo lại một lần nữa cho đến khi phủ đều.
c) Đậy bát và để lạnh trong 1 - 8 giờ.
d) 30 phút trước khi nướng, lấy bát ra khỏi tủ lạnh.
e) Thiết lập lò nướng của bạn và làm nóng trước ở nhiệt độ trung bình cao.
f) Cố định các khối gan xen kẽ với các khối mỡ thận vào xiên, không để lại khoảng trống nào ở giữa. Đặt khoảng 6 - 8 khối gan vào mỗi xiên.
g) Đặt xiên đã chuẩn bị sẵn lên vỉ nướng và nướng trong khoảng 8 - 10 phút, đảo thường xuyên. Gan phải chín kỹ bên trong và xốp khi ấn vào.
h) Ăn nóng.

93. Quiche của người ăn thịt

THÀNH PHẦN:
- 1 pound thịt bò xay
- 1 pound gan bò xay
- 1 pound tim bò xay
- Bơ, bơ sữa trâu, mỡ bò hoặc bất kỳ loại mỡ động vật nào khác mà bạn chọn, để nấu theo yêu cầu
- Muối để nếm
- 6 quả trứng

HƯỚNG DẪN:
a) Lấy 2 đĩa bánh (9 inch) và bôi nhẹ chúng bằng một ít bơ hoặc bơ sữa trâu.
b) Hãy chắc chắn rằng lò nướng của bạn được làm nóng trước ở nhiệt độ 360° F.
c) Cho thịt bò, gan bò, tim bò, muối, trứng vào tô rồi trộn đều.
d) Chia hỗn hợp vào 2 đĩa bánh.
e) Nướng bánh nhân thịt cho đến khi chín, khoảng 15 đến 20 phút.
f) Cắt mỗi miếng thành 4 miếng bằng nhau khi hoàn thành và phục vụ.

94.Tim Bò Dễ Dàng

THÀNH PHẦN:
- 4 ounce tim bò xay
- 4 ounce thịt bò xay
- ½ muỗng cà phê muối

HƯỚNG DẪN:
a) Cho tim bò xay, thịt bò xay và muối vào tô rồi trộn đều.
b) Chia hỗn hợp thành 2 phần và vo tròn.
c) Giữ chúng trong một đĩa nướng làm bằng thủy tinh.
d) Hãy chắc chắn rằng lò nướng của bạn được làm nóng trước ở nhiệt độ 360° F.
e) Đặt đĩa nướng vào lò và nướng cho đến khi thịt chín trong khoảng 20 phút.

95. Bánh của người ăn thịt

THÀNH PHẦN:
BRAUNSCHWEIGER
- ¼ pound thịt vai lợn hoặc lưỡi bò, cắt thành khối
- 10 ounce gan lợn hoặc thịt bò, cắt thành khối
- 2 quả trứng luộc chín, bóc vỏ
- 6 ounce mỡ lưng lợn, cắt thành khối
- 1 ½ muỗng cà phê muối biển hồng

ĐỂ ĐỨNG ĐẦU
- 6 lát prosciutto hoặc Carpaccio
- 6 lát thịt xông khói

HƯỚNG DẪN:
a) Làm món này trước khi ăn từ 1 đến 2 ngày.
b) Cho gan, vai và mỡ lợn vào máy xay thực phẩm và chế biến kỹ.
c) Đổ nó vào chảo dạng lò xo. Đậy chảo bằng giấy bạc để nước không lọt vào chảo. Hãy chắc chắn rằng nó được bọc chặt.
d) Lấy một chiếc chảo rang, lớn hơn chảo dạng lò xo và đổ một inch nước sôi vào đáy chảo.
e) Đặt chảo dạng lò xo vào chảo rang.
f) Đặt chảo rang cùng với chảo dạng lò xo vào lò nướng khoảng 2 giờ. Đảm bảo rằng lò nướng của bạn được làm nóng trước ở nhiệt độ 300° F trước khi đặt chảo rang vào lò.
g) Lấy chảo dạng lò xo ra khỏi lò. Tạo 2 giếng trên chảo, đủ lớn để có thể nhét một quả trứng vào. Đặt một quả trứng luộc vào mỗi giếng. Đậy trứng bằng một thìa thịt.
h) Để nguội và cho vào tủ lạnh từ 1 - 2 ngày.
i) Đặt các lát prosciutto và thịt xông khói lên trên. Phục vụ.

96.Thịt bò cắn thận dễ dàng

THÀNH PHẦN:
- 2 quả thận bò
- Bơ lạnh để phục vụ (tùy chọn)
- Muối cho vừa ăn (tùy chọn)

HƯỚNG DẪN:
a) Đặt thận vào nồi và đậy lại bằng nước.
b) Đặt nồi trên lửa vừa cao.
c) Khi nó bắt đầu sôi, đun nhỏ lửa ở nhiệt độ vừa phải, đậy nắp một phần.
d) Xả nước sau 8 phút.
e) Nếu muốn, bạn có thể rửa thận trong nước.
f) Cắt thành miếng vừa ăn. Nêm muối và ăn kèm bơ nếu dùng.

97. Burgers gan bò và gà

THÀNH PHẦN:
- 2 ounce gan gà
- 10 con bò ăn cỏ
- ½ muỗng cà phê gia vị gia cầm
- ½ muỗng cà phê muối
- ¾ muỗng cà phê rau mùi đất
- ½ thìa cà phê tiêu

HƯỚNG DẪN:
a) Cho gan gà, thịt bò, gia vị gia cầm, muối, rau mùi và tiêu vào máy xay thực phẩm và chế biến kỹ.
b) Làm 2 miếng bánh từ hỗn hợp
c) Làm nóng lò nướng ở nhiệt độ trung bình cao.
d) Nướng bánh mì kẹp thịt ở cả hai mặt theo sở thích của bạn.
e) Ăn nóng.

98.Tim gà

THÀNH PHẦN:
- 2 pound lòng gà, thấm khô bằng khăn giấy
- 2 muỗng cà phê ớt cayenne hoặc nếm thử
- 2 thìa cà phê tiêu hoặc tùy khẩu vị
- 2 thìa cà phê muối hoặc tùy khẩu vị
- 2 thìa cà phê bột tỏi
- 2 thìa cà phê bột hành hoặc tùy khẩu vị

HƯỚNG DẪN:
a) Chuẩn bị khay nướng bằng cách lót giấy bạc vào khay.
b) Đặt tim gà vào đĩa nướng. Rắc gia vị và đảo đều.
c) Đảm bảo rằng lò nướng của bạn được làm nóng trước ở nhiệt độ 350° F.
d) Nướng tim gà trong khoảng 30 phút.
e) Ăn nóng.

99. Tủy xương nướng

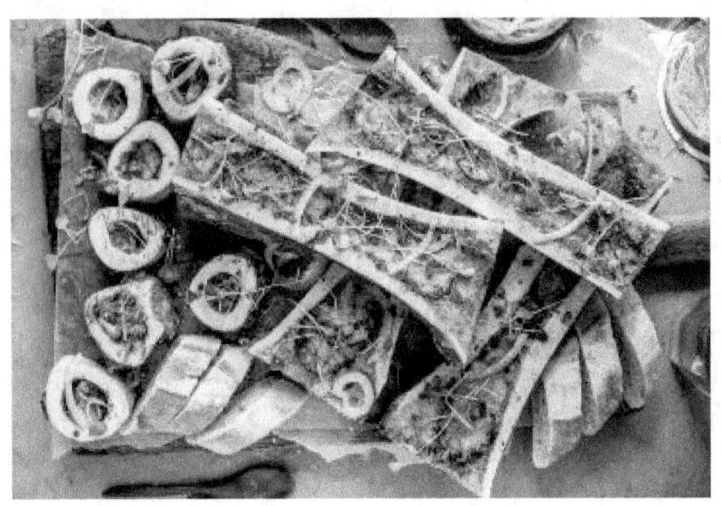

THÀNH PHẦN:
- 8 nửa tủy xương
- 1 muỗng canh rau mùi tây xắt nhỏ, để trang trí
- Tiêu xay tươi để nếm thử
- Mảnh muối biển

HƯỚNG DẪN:
a) Đặt các nửa tủy xương với phần tủy hướng lên trên đĩa nướng có viền.
b) Đảm bảo rằng lò nướng của bạn được làm nóng trước ở nhiệt độ 350° F.
c) Nướng bí khoảng 20 - 25 phút cho đến khi bí giòn và có màu vàng nâu.
d) Rắc muối và rau mùi tây lên trên rồi thưởng thức.

100. Pate gan gà

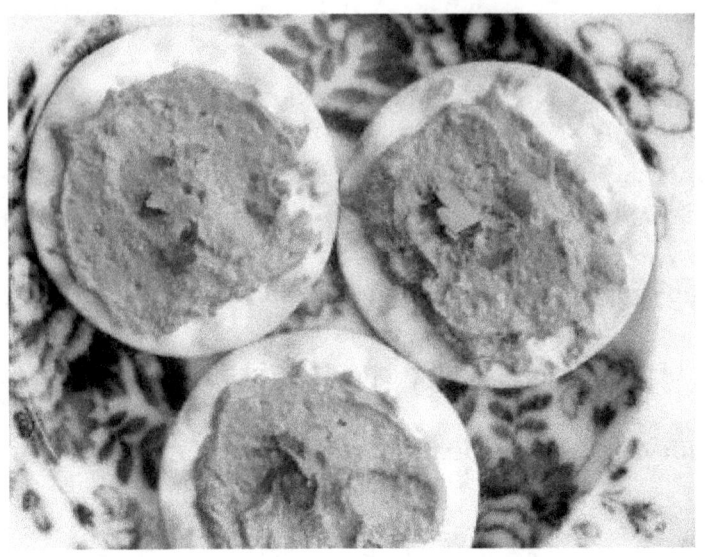

THÀNH PHẦN:
- 4 ounce gan gà, cắt nhỏ, bỏ gân
- ½ thìa cà phê bột hành
- ½ muỗng canh mùi tây băm
- Hương vị hạt tiêu
- ¼ chén bơ hoặc mỡ vịt
- 1 tép tỏi, bóc vỏ, băm nhỏ
- ¼ thìa cà phê muối

HƯỚNG DẪN:

a) Đặt chảo với ½ thìa bơ trên lửa vừa. Khi bơ tan chảy, cho tỏi vào đảo đều khoảng 30 - 45 giây cho đến khi có mùi thơm.

b) Thêm gan và nấu cho đến khi vàng đều.

c) Thêm mùi tây và trộn đều. Tắt lửa sau một phút.

d) Để nguội một lúc và chuyển vào tô chế biến thực phẩm. Ngoài ra, thêm phần bơ và muối còn lại vào và xay cho đến khi xay nhuyễn.

e) Múc thành 3 chiếc ramekins. Dùng màng bọc thực phẩm bọc lại và để trong tủ lạnh trong 4 - 8 tiếng. Dùng lạnh.

PHẦN KẾT LUẬN

Khi chúng tôi kết thúc hành trình của mình qua "Sách dạy nấu ăn ngoài trời Người ăn thịt", chúng tôi hy vọng bạn sẽ tận hưởng được cảm giác hồi hộp của cuộc đi săn và niềm vui khi nấu trò chơi hoang dã ngoài trời tuyệt vời. Mỗi công thức trong các trang này là minh chứng cho sự phong phú và đa dạng của các hương vị có thể được mở khóa khi sự hào phóng của thiên nhiên đáp ứng được kỹ năng của người đầu bếp ngoài trời.

Cho dù bạn thích thú với mùi khói của thịt nai nướng, thưởng thức sự ấm áp nồng nhiệt của món hầm lửa trại hay thích thú với các sắc thái của trò chơi hun khói, chúng tôi tin rằng những công thức nấu ăn trong trò chơi hoang dã này đã bổ sung thêm một chiều hướng mới cho tiết mục nấu ăn ngoài trời của bạn. Ngoài các công thức nấu ăn, mong rằng trải nghiệm nấu ăn trên ngọn lửa trần, mùi khói củi và những khoảnh khắc chia sẻ bên đống lửa trại sẽ trở thành những kỷ niệm đáng trân trọng trong chuyến phiêu lưu ngoài trời của bạn.

Khi bạn tiếp tục khám phá những cảnh quan rộng lớn và những địa điểm hoang dã, có thể " Sách dạy nấu ăn ngoài trời Người ăn thịt " sẽ là người bạn đồng hành đáng tin cậy của bạn, truyền cảm hứng cho bạn thử nghiệm các kỹ thuật mới, tôn vinh cảm giác hồi hộp khi đi săn và tận hưởng niềm vui khi nấu ăn ngoài trời. Đây là sự tự do của không khí thoáng đãng, hương vị của thiên nhiên hoang dã và truyền thống lâu đời của việc tổ chức tiệc ngoài trời. Chúc bạn nấu ăn vui vẻ, người đam mê hoạt động ngoài trời!

www.ingramcontent.com/pod-product-compliance
Lightning Source LLC
LaVergne TN
LVHW021706060526
838200LV00050B/2521